Làm Bạn Cảm Xúc Làm Chủ Hạnh Phúc

AF742280

Copyright © 2022 Fususu & Hưng Tươi. All rights reserved.

Bản quyền thuộc về Nguyễn Chu Nam Phương và Nguyễn Thanh Hưng. Bất cứ hành động sao chép, chuyển thể sang các định dạng khác, phát tán trên các kênh truyền thông nào mà không có sự đồng ý bằng văn bản từ cả hai tác giả, đều là bất hợp pháp và vi phạm Luật Xuất bản Việt Nam, Luật Bản quyền Quốc tế và Công ước Bảo hộ Bản quyền Sở hữu Trí tuệ Berne.

MỤC LỤC

FUSUSU® HƯNG TƯƠI
Sống để yêu thương!

LỜI CHÀO

TỪ ĐÔI BẠN VÀO SUNG RA SƯỚNG

Làm Bạn Cảm Xúc Chinh Phục Mục Tiêu

FUSUSU®

"Gâu!"

Bạn cảm thấy sao khi nghe âm thanh đó?

Có người sẽ cảm thấy vui vì họ thích chó, còn tôi thì khác. Hồi bé, một con chó đã cắn tôi đau tới mức hơn 20 năm sau, tôi vẫn còn nhớ như in cảm giác ấy.

Tôi đã rất lo lắng, vì hồi đó làng mình có dịch chó dại. Tuy vậy, đó cũng là một trong những khoảnh khắc hạnh phúc nhất cuộc đời tôi. Vì sao?

Bạn biết bộ phim *Người Nhện* chứ?

Vâng, một chú nhện nhỏ xíu cắn vào cổ của Peter Parker, đã biến anh thành *Người Nhện* với siêu năng lực. Một con chó đen to bự đã cắn vào một chỗ quan trọng trên cơ thể tôi (tên khoa học của nó là... cái mông). Tôi đã mơ mộng mình giống như Peter Parker và tự hỏi liệu khi trở thành *Người Chó*, mình sẽ có siêu năng lực nào đây?

Thế là tôi chờ đợi. Tôi đã đợi rất lâu, nhưng mãi vẫn không thấy mình *biến hình*. Ước mơ biến thành *Người Chó* chuẩn Việt Nam đã vỡ tan tành. Đó là một phần lý do tôi không thích chó, và mỗi lần nghe tiếng chó sủa, tôi lại sợ.

Bạn có nỗi sợ nào tương tự thế không? Người ta nói cách tốt nhất để vượt qua nỗi sợ là chiến đấu với nó. Bạn đã thử chưa?

Với viên gạch to bự trên tay, tôi đã tìm tới một con chó khác, tất nhiên là loại nhỏ hơn con chó đã cắn tôi. Tôi thầm nghĩ, mình sẽ đánh bại nó, và tiếp theo là đến con trùm.

Con chó như hiểu ý tôi, nó đáp lại, "Gâu!"

Tôi buông cục gạch và chạy mất dép.

Sau đó tôi nhận ra, càng chống chọi với lũ chó, tôi lại càng sợ chúng.

Bạn có cảm thấy điều tương tự với nỗi sợ của mình không?

Tôi đã không biết phải làm gì cả. Nỗi sợ chó ngày càng gia tăng, mỗi lần thấy chúng là tôi nổi da gà. Và có lẽ do không nỡ để con trai mình *hóa gà*, bố đã giúp tôi.

Trên chiếc xe honda màu đỏ, ông đưa tôi tới nơi *nguy hiểm* nhất thế gian: Chợ bán chó.

Ở đó, tôi đã thấy đại ca thực sự của loài chó. Một chú cún dễ thương, mà tôi dám cá là vài năm nữa khi lớn lên, trông nó sẽ y hệt như con chó bự chảng đã cắn tôi ngày nào.

Tôi nghĩ bố sẽ yêu cầu tôi mỗi ngày tới đây và choảng nhau với nó, cho tới khi tôi đủ lông đủ cánh, đủ mạnh mẽ để chống trả lại kẻ thù là chú chó to bự kia.

Bố nói, "Chúng ta sẽ mua con chó này."

Tôi ngạc nhiên. Chú cún chắc cũng vậy, nó nhìn tôi như muốn nói, "Gâu gâu! Cách vượt qua nỗi sợ tốt hơn là làm bạn với nó."

Tôi nghĩ đó là một ý tưởng hay, tôi sẽ có một trận chiến hoành tráng phía trước với con chó to. Hợp sức với chú cún này, chiến thắng sẽ nằm trong tầm tay.

Thế là từ ấy tôi chăm bẵm chú cún kỹ lắm, thậm chí để chú ta thông minh và khỏe mạnh hơn mau chóng, tôi còn cho nó uống cả... sữa Cô Gái Hà Lan.

Một ngày nọ, kẻ thù đã xuất hiện.

Nếu ở đó cùng tôi, bạn sẽ thấy con chó đen to bự, đang nhìn chúng tôi với ánh mắt dữ dằn.

Tôi đã rất sợ hãi, nhưng chú cún nhỏ lại rất dũng

cảm. Nó đã lao vào chú chó to, và chúng đã... chơi với nhau thật vui vẻ. Dễ thương quá, tôi cũng lao vào chơi cùng luôn!

Khoảnh khắc đó tôi chợt nhận ra, "Ủa, mình hết sợ chó rồi sao? Mình đã phát triển *siêu năng lực* này lúc nào vậy?"

Người ta nói cách tốt nhất để vượt qua nỗi sợ là chống trả nó. Còn ngày hôm ấy, tôi đã học được một cách tốt hơn. Đó là làm bạn với nó.

Bài học làm bạn với nỗi sợ nói riêng, hay làm bạn với cảm xúc nói chung, đã để lại trong tôi ấn tượng sâu sắc, và giúp tôi rất nhiều sau này, cả trong sự nghiệp lẫn cuộc sống.

Từng tốt nghiệp vì 4 điểm môn Văn, tôi rất ngại viết. Mỗi lần cầm bút là run tay. "Trời ơi, viết gì bây giờ?"

Nhưng giọng chú chó nhỏ ngày nào văng vẳng bên tai. "Gâu, hãy làm bạn với nỗi sợ."

Thế là tôi bình tâm, và cứ viết thôi. Tôi viết mỗi ngày một chút, trên các diễn đàn, Facebook, Blog và tạo cho mình thói quen viết mỗi ngày. Tới một thời điểm, tôi cảm thấy mỗi lần đặt tay vào bàn phím, là cảm giác vô cùng thoải mái, hạnh phúc, con chữ cứ thế tuôn ra. Loáng một cái, giờ tôi đã trở thành tác giả của... 20 đầu sách cả tiếng Anh lẫn tiếng Việt trên Google Play, 7 trong số đó đã xuất bản sách giấy tại Việt Nam, và bạn đang được đọc cuốn thứ 8!!!

Đầu 2016, tôi có một quyết định quan trọng. Đó là vừa du lịch vừa làm việc. Vốn là một người đàn ông hướng nội mạnh mẽ (gọi tắt là *ông nội*), tôi đã phải đối mặt với một nỗi sợ khác, mà nỗi sợ chó khi xưa phải bái lạy.

Đó là nỗi sợ mang tên *Cô Đơn*.

Nhưng một lần nữa, chú chó nhỏ lại nhắc tôi, "Gâu! Hãy làm bạn với nó!"

(Ảnh chụp tôi và những người bạn nước ngoài)

Thế là tôi bình tâm trở lại, tôi đăng ký tham gia các câu lạc bộ tiếng Anh, rồi lân la các trang web kết nối người nước ngoài. Tôi kết bạn, dẫn họ đi chơi ở Việt Nam. Rồi khi sang Malaysia, tôi cũng đã được một người nước ngoài lái xe chở đi khắp nơi, hoàn toàn miễn phí!

Tôi cảm thấy hạnh phúc khi được giao lưu kết nối với mọi người. Loáng cái, tôi đã trở thành người sáng lập CLB thuyết trình tiếng Anh ACI Toastmasters, nằm trong hệ thống Toastmasters International, giúp tôi có thể giao lưu hàng trăm ngàn thành viên khắp thế giới. Thậm chí tới tháng 5 năm 2022, dù vốn tiếng Anh cũng đủ dùng và chẳng có học trường lớp nào cả suốt 10 năm qua, nhưng tôi đã mang vinh quang về cho nước nhà, khi là người Việt Nam đầu tiên đạt chức vô địch thuyết trình hài hước Toastmasters khu vực 5 nước Đông Nam Á.

Nếu như tôi có thể làm bạn với nỗi sợ, hay mọi cảm xúc xuất hiện trong mình, để biến chúng thành đồng minh, cùng hành động, và hạnh phúc tiến tới những ước mơ không tưởng, thì bạn cũng hoàn toàn có thể!

Bạn biết định luật bảo toàn năng lượng chứ?

Tôi nghĩ mình đã tìm ra *Định Luật Bảo Toàn Nỗi Sợ*: Nỗi sợ không tự nhiên sinh ra, cũng không tự nhiên mất đi, nó chỉ chuyển hóa từ người lạ thành bạn tốt mà thôi.

Vậy nỗi sợ đang ám ảnh bạn là gì? Cảm xúc nào đang cản trở bạn với ước mơ của mình?

Hãy làm bạn với nó, bạn sẽ trở nên bình tâm hơn, hạnh phúc hơn trên con đường chinh phục bất cứ mục tiêu nào.

Nói thì dễ, làm thì... (thở dài). Phải không nào?

Đã bao lần bạn quyết tâm thay đổi, nhưng sau mấy hôm bạn lại phải đầu hàng trước cảm xúc của mình?

Đã bao lần bạn thề phải từ bỏ thói quen xấu nào đó, nhưng sau đó lại phải thề tiếp?

Cách vượt qua nỗi sợ nói riêng, hay tránh khỏi sự chi phối của mọi cảm xúc nói chung, là *làm bạn* với chúng. Khi ấy, dù chúng xuất hiện, bạn vẫn có thể bình tâm hành động, và tạo ra kết quả mong muốn.

Tin vui, đây là một kỹ năng mà bạn hoàn toàn có thể rèn luyện với phương pháp đúng đắn. Đó là lý do cuốn sách này ra đời.

Tin vui hơn nữa, là ngoài Fususu tôi ra, bạn sẽ còn được gặp một đồng nghiệp thân thiết, đã cùng tôi *vào sung ra sướng* trong hàng trăm sự kiện và khóa học khi xưa. Đó là chuyên gia đào tạo Nguyễn Thanh Hưng, còn được biết tới với biệt danh thân thiện Hưng Tươi.

Từ 2010 tới 2015, chúng tôi đã giúp cả chục ngàn học viên của khóa học *Tôi Tài Giỏi! Bạn Cũng Thế!* trở nên sung sướng hơn trong học tập, hạnh phúc hơn trong cuộc sống. Sau hơn 10 năm, chúng tôi vẫn giữ kết nối và giúp đỡ lẫn nhau tới thời điểm này.

Tôi luôn ấn tượng mạnh mẽ với anh Hưng vì

những ý tưởng thú vị, cũng như kinh nghiệm hữu ích trong cuộc sống. Vì yêu cầu công việc, anh đã tiếp xúc với hàng ngàn những học sinh khó chiều, những phụ huynh khó tính, và cả những đồng nghiệp đầy thách thức. Ấy thế, anh vẫn được lòng rất nhiều người, và bản thân anh cũng đang sống hạnh phúc với gia đình nhỏ của mình.

Trong cuốn sách này, nếu như bạn được tôi bật mí những nguyên lý quan trọng để làm bạn với cảm xúc, để hạnh phúc bước đi trên con đường thực hiện ước mơ, thì anh Hưng sẽ có nhiều câu chuyện thực tiễn, giúp bạn có thêm cảm hứng áp dụng, và dần làm chủ một thứ mà chúng tôi gọi là hạnh phúc từ tâm.

Đó là thứ hạnh phúc có sẵn bên trong bạn, giúp bạn hóa giải mọi ưu phiền tận gốc rễ, và sống cuộc đời như mơ. Tin tôi đi, hầu hết mọi người vẫn đang mải mê tìm kiếm nó trong vô vọng ở thế giới bên ngoài. Còn bạn, với phương pháp đúng đắn, bạn sẽ thấy nó ở ngay bên trong mình.

Làm Chủ Hạnh Phúc Sống Đời Ước Mơ

HƯNG TƯƠI
Sống để yêu thương! ♡

Trên bãi biển cát trắng phau, nắng gió chen nhau làm tôi vui lắm, nhưng không thể nào sung sướng bằng cảm giác nắm tay cô ấy.

Đó là vợ mới cưới của tôi.

Hai đứa đang hưởng tuần trăng mật. Nàng chưa biết bơi nên dù đã trang bị áo phao dày quỵch, tôi phải cố gắng lắm mới động viên được nàng cất bước xuống biển.

"Nhìn anh bơi ngửa này!" tôi nói và biểu diễn cho nàng.

"Ôi! Siêu thế!" nàng reo lên. "Dạy em với!"

Tôi như được tiếp thêm dopamine[1], cứ thế là bơi ra thật xa. Vừa bơi vừa cười thầm, "Mình thật may mắn khi cuối cùng thì cũng có một người vợ xinh đẹp. Chắc kiếp trước phải tu tâm tích đức *dữ dội* lắm đây!"

Chợt có tiếng sấm nổ vang trời.

Một cơn sóng khổng lồ xuất hiện. Nó nâng người tôi lên cao vài chục mét, tôi chưa kịp phản ứng thì lại bị nó dìm xuống dưới biển sâu.

Tôi sặc nước, toàn thân tê cứng, không thể cử động được, tôi cố hét lên mà không thể...

Reng! Reng! Reng!

Tiếng đồng hồ báo thức đưa tôi về với thực tại.

Quần áo ướt sũng, mồ hôi đầm đìa. Hóa ra đó là một giấc mơ. Nó sống động như phim với cốt truyện ai cũng mơ ước, khác hẳn với thực tế phũ phàng tôi đang phải đối diện.

Hơn 30 năm ế chỏng chơ, vô số lần yêu đơn phương, tôi vẫn chẳng có mảnh tình nào vắt vai. Nhiều lúc tôi tự hỏi, "Mình cũng đâu tới nỗi nào, hơn khối đứa trong lớp, vậy sao chẳng ai yêu? Ông trời sao bất công thế!"

---

1) Một hoạt chất tiết ra trong não bộ, đem lại cho bạn cảm giác hứng khởi khi đạt được thành tựu nào đó.

Còn nhớ hồi đại học, tôi để ý một người. Một cô bé hàng xóm dễ thương kém tôi 5 tuổi. Tôi đã tìm nhiều cách để tiếp cận đối tượng. Sau nhiều ngày nghiên cứu, cuối cùng tôi cũng tìm ra cách, đó là hữu xạ tự nhiên hương. Tôi tin rằng mình cứ nỗ lực học tập, phát triển bản thân cho xứng đáng với người mình yêu, thì kiểu gì cô ấy cũng để ý.

Cuối cùng, cũng đã có một kết quả. Hạnh phúc đã đến... với cô ấy. Vâng, cô ấy đã có người yêu, còn tôi thì vẫn chưa kịp thay đổi gì nhiều. Mọi việc cứ thế diễn ra hết Tết này qua Tết khác, nên nhiều Tết dù muốn nhưng tôi vẫn ngại về quê. Vì khi về là kiểu gì mọi người cũng lại túm năm tụm bảy vào hỏi chuyện tôi.

"Sao không đưa người yêu về chơi?"

"Sao giấu người yêu kỹ thế?"

"Hay là cháu bị yếu… sinh lý hả?"

Những lúc như thế, tôi chỉ đau đớn mỉm cười, và biết rằng tốt nhất là mình không nên nói gì cả. Vì chả nhẽ lại nói mình hơn 30 tuổi rồi vẫn chưa có mảnh tình vắt vai?

Ấy thế mà hiện tại, tôi đã có một người vợ ngoan hiền, chúng tôi đã cưới nhau được 6 năm, và có một cậu con trai kháu khỉnh.

Tôi vẫn còn nhớ mãi khoảnh khắc ở trong bệnh viện Bưu Điện Hà Nội. Sau 9 tháng 10 ngày chờ đợi, tôi đã được bế trên tay đứa con trai đầu lòng, và chính thức lên chức bố. Nhìn ánh mắt trong veo, đôi môi nhỏ xinh, bàn tay bé xíu, tôi không ngờ sinh linh nhỏ bé này lại có thể kết nối mọi người mạnh mẽ đến thế.

Từ bố mẹ bên nội, cho tới bên ngoại, mọi người ai cũng vui vẻ khi nhìn thấy con.

"Cho bà ngoại bế nào!" bà ngoại mừng rỡ. "Trộm vía, cái má phính này giống mẹ nó ngày xưa quá!"

"Cháu ngoan đây rồi!" bà nội nói với ánh mắt rạng ngời. "Lâu quá không về quê! Sao cái miệng, đôi mắt giống bố nó ngày xưa quá!"

Rồi hạnh phúc trong tôi ngày càng nhân lên qua từng khoảnh khắc khi con bi bô nói những tiếng đầu tiên, rồi chập chững biết đi, tự xúc cơm, đi xe đạp, trượt patin… không chỉ hai vợ chồng, mà mọi người cả hai gia đình đều vui.

Nói chung tôi hoàn toàn hài lòng với gia đình nhỏ xinh hiện tại của mình. Chuyện gì đã xảy ra kể từ khi tôi trải nghiệm giấc mơ kỳ lạ ấy?

Lúc ấy, tôi đã nghĩ giấc mơ ấy là *điềm báo*. Tôi đã lấy một quyển sổ ra, và viết xuống 8 tiêu chí về Người Vợ Tương Lai của mình vào ngày 7/9/2014:

1) Chung thủy.

2) Yêu chồng, thương con.

3) Khỏe mạnh, trẻ hơn tối thiểu 5 tuổi.

4) Có công việc ổn định (tốt nghiệp Đại Học).

5) Chiều cao trên 1m55, dễ nhìn, không điệu đà, thích ăn mặc kín đáo.

6) Giỏi nội trợ, nấu ăn, có mắt thẩm mỹ.

7) Có tâm hồn nhạy cảm, thương người, biết quan tâm, thấu hiểu người khác.

8) Yêu thích các công việc hoạt động xã hội như: làm từ thiện, tình nguyện.

Tôi định viết thêm nữa nhưng lại ngẫm *tham thì thâm* nên tôi tạm dừng.

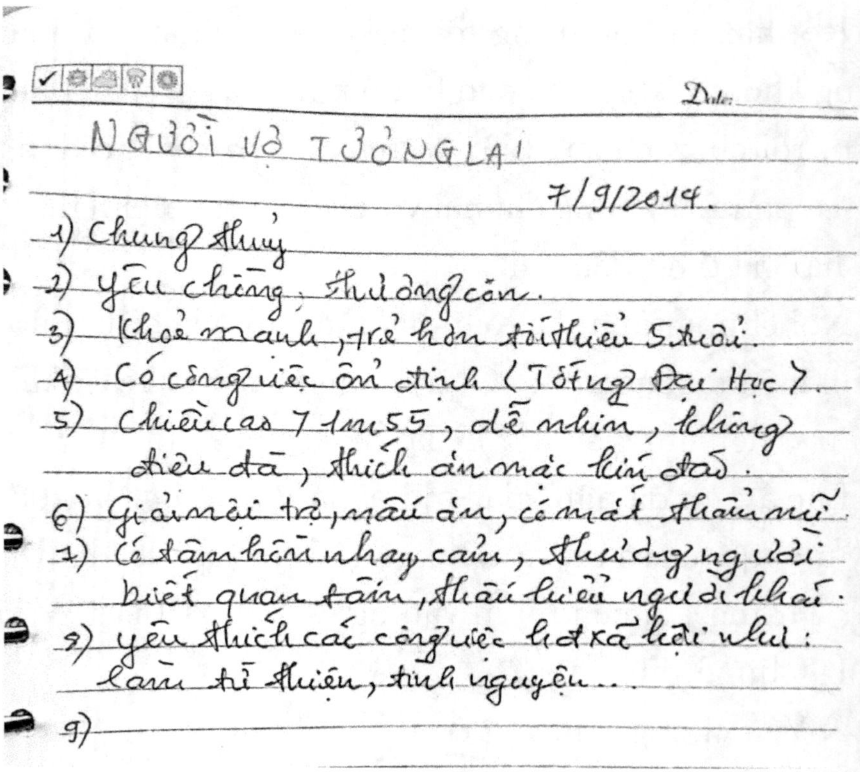

Date:

NGƯỜI VỢ TƯƠNG LAI

7/9/2014.

1) Chung thủy
2) Yêu chồng, thương con.
3) Khoẻ mạnh, trẻ hơn tôi tối thiểu 5 tuổi.
4) Có công việc ổn định (Tốt nghiệp Đại Học).
5) Chiều cao > 1m55, dễ nhìn, không điệu đà, thích ăn mặc kín đáo.
6) Giỏi nội trợ, nấu ăn, có mắt thẩm mỹ
7) Có tâm hồn nhạy cảm, thương người, biết quan tâm, thấu hiểu người khác.
8) Yêu thích các công việc hoạt động xã hội như: làm từ thiện, tình nguyện...
9)

Sau đó, tôi tập trung vào sự nghiệp và phát triển bản thân, và không ngờ là ngày 25/1/2016, sau đúng 505 ngày kể từ lúc viết 8 tiêu chí ấy, tôi đã cưới được người trong mộng, còn vượt xa cả mong đợi của tôi!

Tôi nhận ra, mọi chuyện xảy ra đều có một ý nghĩa nào đó. Khó có ai biết trước tương lai, nếu cứ sống hết mình với hiện tại, nếu cứ hành động tích cực mỗi ngày, thì kiểu gì bạn cũng sẽ tiến lên trên con đường làm chủ hạnh phúc, và sống cuộc đời mơ ước của bạn.

Trong cuốn sách này, nếu Nam Phương (Fususu) tiết lộ cho bạn những nguyên tắc rèn luyện tâm trí, làm bạn cảm xúc để hạnh phúc trên con đường tiến tới mục tiêu, thì tôi hy vọng những câu chuyện của mình có thể giúp bạn có thêm cảm hứng để áp dụng, vượt qua những khó khăn trong cuộc sống, và gặt hái những thành quả xứng đáng nhất.

Từ "Vip Mát-Xa" Tới Nghệ Thuật Sống

FUSUSU®

Làm sao biến những cảm xúc đang cản trở thành đồng minh, giúp bạn thực hiện bất cứ mục tiêu nào?

Làm sao để hạnh phúc trong một cuộc sống ngày càng có nhiều khó khăn căng thẳng?

Đó là những câu hỏi không của riêng ai, và cũng không dễ dàng để có câu trả lời rốt ráo. Tuy thế, tôi đã được trải nghiệm câu trả lời đích thực, thông qua một khóa học đặc biệt. Lần đầu tiên tôi biết tới nó là một ngày hè ở ven sông Hồng cuối 2012. Một đồng nghiệp có biệt danh là Mèo Ba Màu đã tới gặp tôi, trông mặt cậu ta thật bí hiểm.

Mèo nói lí nhí muốn mời tôi đi đâu đó, khiến tôi phải rùng mình hỏi lại. "Vip mát-xa á?"

"Không anh," Mèo đáp. "Vipassana ạ."

Sau đó, Mèo hào hứng giải thích về một khóa học mà ở đó bạn sẽ không được phép liên hệ với thế giới bên ngoài dưới bất kỳ hình thức nào. Không laptop, smartphone, wifi, v.v... Mèo càng nói càng hăng, còn tôi càng tưởng tượng ra cảnh mình sẽ khổ sở thế nào khi một ngày không được lên Facebook, hay Youtube.

"Thế thì khác gì về thời tiền sử hả Mèo?"

"Cũng có thể coi là vậy, nghe nói người tiền sử sống hạnh phúc lắm mà anh. Phương pháp này giữ nguyên truyền thống ấy hơn 2500 năm rồi. Chưa hết, trừ thầy và người quản lý ra mình sẽ không được nói chuyện với nhau, hay với bất cứ ai. Nói chung là im như thóc suốt 10 ngày."

"10 ngày? Vậy thì khác gì ngồi tù?"

Tôi tự hỏi không hiểu sao Mèo lại có thể thao thao bất tuyệt về hình thức *tra tấn dã man* ấy như thể 10 ngày đó đã khai sáng và giúp cậu tiến hóa thành... Mèo Đi Hia. Giờ là thời đại thông tin, nếu ai đó có thể vượt qua 10 ngày ngắt kết nối hoàn toàn như vậy thì hoặc là siêu nhân, hoặc là... có vấn đề về đầu óc.

Tôi hỏi, "Thế chú đi rồi hả?"

"Chưa anh," Mèo gãi đầu. "Tận Hồ Chí Minh, em không đủ tiền vé máy bay nên em mới rủ anh!"

Tôi tặc lưỡi. Cậu đồng nghiệp này đúng là đồ... con mèo. Nói xong mà trông cậu ta tỉnh bơ y chang cái biệt danh Mèo Ba Màu!

Một năm sau...

"Ê Mèo," tôi hỏi. "Năm nay đi tiếp không?"

"Tiếc quá anh," Mèo nói mà mặt buồn rười rượi. "Năm nay tổ chức gần Hà Nội mà em lại vướng lịch thi mất rồi."

Sự thật là năm ngoái, tôi đã thầu cả vé máy bay cho Mèo. Hai chúng tôi lọ mọ bay vào tận thành phố Hồ Chí Minh để học khóa 10 ngày này, mà không biết rằng nó đã trở thành một trải nghiệm đáng nhớ nhất trong cuộc đời tôi.

10 ngày ấy đã thay đổi góc nhìn của tôi về cuộc sống mãi mãi, giúp tôi hiểu nghệ thuật sống hạnh phúc ở mức độ thực nghiệm, chứ không còn là trong sách vở. Nhờ đó mà tôi vui vẻ hơn, sung sướng hơn, có thêm nhiều ý tưởng để gia tăng năng suất và cải thiện cuộc sống. Nên cuối năm đó, dù không có Mèo, tôi vẫn quyết tâm đi thêm khóa 10 ngày ấy một lần nữa. Lần này, tôi đã rủ một đồng nghiệp khác, chính là anh Hưng.

Nói thật là để sắp xếp tham gia được một khóa 10 ngày như vậy rất khó khăn, nhưng năm nào có điều kiện, là chúng tôi đều cố gắng tham gia ít nhất một khóa. Một phần là vì khi tới đó, tôi có cảm giác trở về căn nhà bình yên trong mình, nơi hạnh phúc đích thực ngự trị. Một phần là tôi biết, đâu đó ngoài kia có những người đang cần những kinh nghiệm quý báu mà mình học hỏi từ nơi đây.

Vì thế mà 10 năm qua, tôi luôn nỗ lực rèn luyện, và tổng hợp lại các kiến thức quý báu nhất, viết lại theo cách dễ hiểu nhất, để giúp bất cứ ai, cũng có thể làm bạn với cảm xúc, và đạt được hạnh phúc từ tâm, trên hành trình chinh phục mục tiêu của mình.

PHƯƠNG PHÁP MỚI KẾT QUẢ MỚI

HƯNG TƯƠI
Sống để yêu thương! ♡

Mùa đông 2013, khi ấy tôi vẫn chưa có người yêu nên cảm giác trời lạnh gấp ba. Để cho ấm áp hơn, tôi quyết tâm phát triển bản thân bằng cách tập thể hình, và thường xuyên đăng ảnh lên Facebook để ghi lại hành trình ấy (mục đích nhỏ nữa là *thả thính*).

Cứ thứ 2, 4, 6, chủ nhật là tôi lại xách đồ ra phòng Gym. Ăn uống cũng theo kỷ luật, tập trung vào các món như thịt bò, gà, cá và các loại rau, củ, quả. Ngoài ra còn có cả vài lọ vitamin, axit amin, protein để giúp cho quá trình tăng cơ diễn ra nhanh chóng.

Kể cả những hôm mưa gió, tôi vẫn chăm chỉ luyện tập, đều như vắt chanh. Ông chủ phòng tập ngạc nhiên lắm nên hỏi chuyện tôi.

"Trông người chú cũng ngon phết đấy," ông nói với giọng chắc nịch. "Nhưng mà phải ăn và tập đều nhé. Bỏ gì thì bỏ, đừng có bỏ tập!"

"Anh an tâm," tôi nói. "Em quyết rồi, phải có người yêu!"

"Được!" ông chủ gật gù. "Anh tin tưởng chú!"

Sau đó, tôi nhờ ông chủ chụp ảnh để lát về đăng Facebook, đánh dấu quá trình luyện tập của mình.

Hôm sau đến cơ quan, anh bạn Nam Phương vừa gặp tôi đã nói, "Nhìn ngon đấy anh! Luyện thân thể vậy là ổn rồi, thêm quả luyện tâm nữa thì hoàn hảo luôn anh ạ!"

"Luyện tâm là sao, em nói rõ xem nào?"

"À, khóa thiền Vipassana ấy mà. Có lịch rồi anh, đăng ký nhanh còn kịp. Khóa này cứ mở là hết chỗ sớm lắm."

"Ok, để lát anh thử đăng ký xem sao."

Tôi ngồi vào bàn, mở máy tính ra. Việc đầu tiên là điền thông tin vào đường link đăng ký Nam Phương gửi. Vài hôm sau, tôi nhận được thư của ban tổ chức, chúc mừng tôi đã đăng ký khóa thiền Vipassana thành công.

"Này Phương! Anh được xác nhận đăng ký rồi!"

"Nhanh vậy, mà anh đọc kỹ nội quy khóa thiền chưa?"

"Hình như là 10 ngày im lặng, ngắt kết nối bên ngoài?"

"Đúng rồi, nhưng vẫn thiếu, còn ăn chay, không tập những động tác thể dục mạnh và một số điều khác nữa đấy."

Tôi tá hỏa và lôi lại bản nội quy ra xem. Sau khi đọc kỹ, tôi bắt đầu lo lắng. Tôi không ngại khó, ngại khổ, chỉ ngại 10 ngày liên tục mà không nạp đủ protein, thì bao công chăm bẵm cơ bắp suốt thời gian qua đổ sông đổ bể hết.

Càng gần đến ngày tham dự, ý nghĩ bỏ cuộc trong tôi càng lớn. Nhưng thi thoảng, Nam Phương lại nói, "Khóa này ăn ngon, lại còn miễn phí nữa, không đi tiếc lắm anh ơi!"

Sự quyết tâm trong tôi lại tăng lên. Rồi một ý nghĩ chợt lóe lên trong đầu. Sao mình không mang theo đồ ăn dự trữ?

Thế là dù nội quy không cho phép, nhưng tôi mua

sẵn một bịch lương khô, bí mật mang vào khóa thiền. Lịch trình mỗi ngày bắt đầu từ 4h30 sáng, kết thúc vào 9h00 tối. Cả ngày chỉ có ngồi thiền, nghỉ ngơi, ăn uống, tắm giặt và đi ngủ. Thoạt nhìn thì tưởng sướng, nhưng ngày đầu tiên, vì chỉ có bữa sáng và trưa, nên đến tối tôi đã đói cồn cào.

Lúc ngồi, tôi cảm giác bụng của mình như biết hát, cứ liên tục rống lên với nhạc nền xập xình ở phòng tập, "Protein, Protein!!!"

Dù biết là có đồ ăn dự phòng, nhưng trước đó tôi đã ký cam kết nội quy khóa thiền, trong đó có chi tiết không tự ý ăn thêm, nên tôi cố gạt suy nghĩ đó đi. Cuối cùng, lời của ông chủ phòng tập vang lên. "Bỏ gì thì bỏ, đừng có bỏ tập!"

Tôi đã bỏ tập rồi, nếu bỏ ăn nữa thì tội lỗi quá!

Không chịu được nữa, tôi bật dậy, lén mang lương khô vào nhà tắm và thưởng thức. Ôi! Miếng lương khô vừa thơm, vừa ngậy. Tôi ăn ngấu nghiến hết liền 2 miếng. Chưa bao giờ tôi thấy lương khô ngon như vậy. Ước gì có thêm cốc protein nữa thì tuyệt cú mèo, bụng tôi như reo mừng dữ dội lắm. "Protein! Protein!"

Ngày thứ hai, ngày thứ ba cũng vậy. Chưa kể là do ngồi yên một chỗ lâu, nên cơ thể còn bắt đầu đau nhức. Những suy nghĩ tiêu cực cứ liên tục tra tấn tôi. Thôi chết rồi, mình đã lựa chọn sai lầm rồi, mình chẳng thể ngồi yên được, khó chịu quá đi mất... mà quan trọng là cơ thể mình bao công chăm sóc 6 tháng qua, sau 10 ngày này chắc Hưng Tươi thành *Hưng Héo* mất!

Đến tối ngày thứ ba, tôi cảm thấy khổ quá, tưởng chừng muốn bỏ cuộc. Nhưng giờ mà bỏ về thì ê mặt quá, anh em lại cười cho, nên tôi quyết định ở lại. Tôi được nghe bài giảng của thầy Goenka nói về Dukkha, sự khổ. Nhờ đó tôi nhận ra mọi cảm giác đau khổ, hay khó chịu, đều là do sự dính mắc của mình đã tạo ra mà thôi.

Thứ khiến tôi khó chịu nhất là cảm giác tiếc nuối một cơ thể đẹp đẽ sau 6 tháng chăm bẵm. Nhưng nếu phân tách từng bộ phận, thì nó đẹp chỗ nào cơ chứ? Mà dù có đẹp, thì nó cũng có thể khiến tôi vui vẻ một lúc, nhưng đâu thể mãi mãi? Vì ai rồi cũng sẽ già đi, bệnh tật, rồi trở về với cát bụi.

Nếu như chỉ vì dính mắc tới những thứ đó, mà bỏ về, rồi đánh mất đi cơ hội để được nắm được phương pháp giúp mình trải nghiệm hạnh phúc thực sự, thì liệu có đáng?

Thế là tôi quyết tâm tham gia trọn vẹn khóa thiền.

(Ảnh chụp tôi ngày cuối cùng của khóa thiền bởi Nam Phương)

Đó là một quyết định đúng đắn. Nó không chỉ giúp tôi vững vàng hơn trong cuộc sống, mà còn giúp tôi cải thiện chất lượng của các mối quan hệ. Sau này, tôi còn tham dự thêm ba khóa nữa, thậm chí còn gieo duyên được cho vợ mình tham gia. Nhờ đó, mà chúng tôi biết cách để bình tâm ứng phó với những tình huống không như ý xảy đến trong cuộc sống, và tránh được những hậu quả không đáng có.

Mindful
SCHOOLS

THIS CERTIFICATE IS PRESENTED TO

Thanh Hung Nguyen

FOR SUCCESSFULLY COMPLETING 16 HOURS OF
Mindful Educator Essentials January 2017

GIVEN BY
MINDFUL SCHOOLS

MEGAN COWAN
CO-FOUNDER

CHRIS MCKENNA
PROGRAM DIRECTOR

VINNY FERRARO
SENIOR TRAINER

ARGOS GONZALEZ
GUIDING TEACHER

Nhận thấy lợi ích tuyệt vời của việc rèn luyện tâm trí mang lại, tôi đã tìm hiểu ngọn ngành và dành cả tháng trời để tự học, và lấy chứng chỉ Mindfulness từ mindfulschools.org

Những kiến thức khoa học từ Mindfulness, cùng kinh nghiệm thực tiễn từ khóa Vipassana, được tôi biến hóa trở nên gần gũi dễ hiểu cho học sinh, và phụ huynh trong các chương trình của mình. Nhiều bạn đã nói với tôi rằng, "Con yêu thích môn của thầy nhất trường đấy ạ!" Đó quả là điều thật đáng tự hào cho người *cầm phấn viết bảng* như tôi.

Mindful
SCHOOLS

THIS CERTIFICATE IS PRESENTED TO

Thanh Hung Nguyen

FOR SUCCESSFULLY COMPLETING 16 HOURS OF
Mindfulness Fundamentals November 2016

GIVEN BY
MINDFUL SCHOOLS

DANNY COHEN
GUIDING TEACHER

Đúng là phương pháp mới, kết quả mới!

Trước đây, nếu như tôi hăm hở đặt ra mục tiêu to lớn như viết sách, có người yêu, làm được việc này việc kia, và cho tới khi động lực hết thì mục tiêu cũng bỏ xó.

Còn giờ đây, tôi bình thản tiến tới mục tiêu mỗi ngày, và nhận ra tự nhiên những kết quả tốt đẹp đã đến với mình lúc nào không hay. Đặc biệt là khi bắt tay vào viết những dòng chữ trong cuốn sách này, tôi cảm giác ước mơ khi xưa đã trở thành hiện thực.

Tôi thầm biết ơn Nam Phương vì ngày đó đã *dụ dỗ* được tôi tham gia khóa thiền 10 ngày ấy, để tôi có được những kết quả bền vững như ngày hôm nay.

Cũng nhờ đó mà tôi nhận ra rằng:

Cơ bắp có thể giúp bạn trông mạnh mẽ, nhưng sự mạnh mẽ thực sự đến từ một tâm trí vững vàng, không bỏ cuộc trước khó khăn cám dỗ.

Ngoại hình đẹp có thể khiến bạn ấn tượng trong mắt người khác đôi chút, nhưng sự cuốn hút thật sự nằm ở tâm hồn bạn, đặc biệt là khi bạn bình an, hạnh phúc.

Hạnh phúc cũng không ngoại lệ, nó không ở đâu đó khó tìm, mà vốn nằm ở bên trong, chỉ chờ bạn có đủ kỹ năng để cảm nhận được nó mà thôi!

FUSUSU® HƯNG TƯƠI Sống để yêu thương!

Đường Dài Của Chúng Tôi, Đường Tắt Của Bạn

Như bạn thấy đấy, để có được những tri thức quý báu trong cuốn sách này, chúng tôi đã không chỉ đánh đổi rất nhiều thời gian tâm sức, vượt qua những *thử thách 10 ngày* cam go, mà còn tích cực học hỏi thêm từ các nguồn khoa học. Quan trọng nhất là hơn 10 năm kinh nghiệm thực tiễn, vừa phải chinh chiến trong nhiều lĩnh vực của cuộc sống, vừa bảo vệ hạnh phúc từ tâm.

Mong bạn chú ý

Để đường dài của chúng tôi có thể trở thành đường tắt dẫn tới hạnh phúc và thành công của bạn, hãy coi cuốn sách là một cuộc trò chuyện đặc biệt giữa chúng ta, mà càng về sau, bạn sẽ càng hiểu sâu hơn điều chúng tôi chia sẻ.

Ở lần đầu tiên khi đọc sách, bạn hãy đọc từ đầu tới cuối, đừng bỏ sót bất cứ một chương nào cả. Và quan trọng là đọc tới đâu, hãy sắp xếp thời gian thực hành ngay tới đó. Còn những lần đọc sau, bạn có thể đọc lại những phần bạn cần để hiểu hơn, để thực hành hiệu quả hơn.

Cuốn sách được viết theo ngôn ngữ kể chuyện, chia sẻ, nên nếu bạn hy vọng tìm được những khái niệm hay lý thuyết cao siêu, có thể bạn sẽ phải thất vọng. Còn nếu bạn thích những thứ đơn giản, hiệu quả, có thể áp dụng vào cuộc sống như chúng tôi, bạn sẽ phải ngạc nhiên đấy.

Cuốn sách này sẽ giúp bạn như thế nào?

Phần 1 Hiểu lầm

Đây là phần nền tảng, giúp bạn tránh được một hiểu lầm tai hại nhất về hạnh phúc. Nó không chỉ khiến hầu hết mọi người lãng phí thời gian tiền bạc, mà còn lang thang luẩn quẩn vô định trong cuộc đời, không sao hóa giải được những khổ đau của mình. Khi hiểu đúng về hạnh phúc, bạn sẽ thấy nó thực sự xuất phát từ tâm, nơi ngọn nguồn của mọi kết quả tuyệt vời trong đời.

Phần 2 Chìa khóa

Hạnh phúc vốn có trong ta, nhưng do thói quen để cảm xúc chi phối mà chúng ta đã đánh mất nó. Tuy thế, cách để đạt được hạnh phúc từ tâm không phải là bạn chống chọi, hay cố *làm chủ* những cảm xúc đang chi phối mình, hoặc coi chúng như *kẻ thù* cần né tránh. Phần này bật mí cho bạn 2 chìa khóa để *làm bạn* với cảm xúc, biến họ thành *đồng minh* trên đường đời.

Phần 3 Bước xây

Khi đã có một cái nhìn mới về hạnh phúc, bạn sẽ thấy mình không cần phải đi đâu xa để tìm kiếm. Vì hạnh phúc đã vốn có ở đó, điều bạn cần làm chỉ là học cách cảm nhận nó mà thôi. Tận hưởng hạnh phúc cũng là một kỹ năng, cũng cần được rèn luyện, nhưng lại ít có môn học nào ở trường đề cập tới, nên nó đã bị mai một theo năm tháng khi người ta lớn lên. Phần này giúp bạn nắm từng bước để xây dựng lại hạnh phúc từ tâm một cách bền vững.

Phần 4 Cơn lũ

Khi đã trải nghiệm được hạnh phúc từ tâm, bạn sẽ nhìn thấy rõ tâm trí mình thường xuyên bị cảm xúc chi phối như thế nào trong cuộc sống. Phần này chứa nhiều câu chuyện thực tế, giúp bạn nhận diện 4 cơn lũ cảm xúc thường gặp, có sức mạnh cuốn trôi hạnh phúc của bạn bất cứ lúc nào. Phòng lũ hơn là chống lũ, bạn cũng sẽ được bật mí những thói quen đơn giản mà có võ, giúp tâm trí bạn ngày càng vững vàng, và xử trí khôn ngoan mọi tình huống.

CHÀO MỪNG BẠN NHẬP HỘI!

Trải nghiệm hạnh phúc từ tâm cũng là một kỹ năng, và phía trước là một chặng đường dài.

Bạn có thể sẽ thấy mình may mắn khi được đọc cuốn sách này, nhưng nếu bạn nghĩ nó sẽ đem lại cho bạn hạnh phúc ngay lập tức thì e rằng bạn sẽ phải thất vọng, và bạn nên tìm tới các chuyên gia thôi miên, hoặc một loại thần dược nào đó giúp bạn có được cảm giác thoải mái nhất thời.

Hãy hiểu rằng đây cũng là một kỹ năng.

Bạn càng đọc và càng kiên trì thực hành theo đúng chỉ dẫn trong sách, chắc chắn bạn sẽ không chỉ có một cái nhìn mới về hạnh phúc, mà còn cảm nhận được nó. Dần dần, bạn sẽ không bị cảm xúc chi phối nhiều như trước đây, thậm chí còn biến chúng thành đồng minh trên con đường chinh phục bất kỳ mục tiêu nào.

Con đường có thể dài, nhưng có đích đến rõ ràng, và bạn hãy yên tâm, chúng tôi sẽ đồng hành cùng bạn. Ở cuối sách là một hòm kho báu, nơi bạn không chỉ được chia sẻ cách để liên hệ với chúng tôi, mà còn nhận những món quà giá trị để giúp bạn vững tin trên con đường này, hằng ngày.

Một lần nữa, chào mừng bạn gia nhập hội hạnh phúc từ tâm, và hãy cùng bắt đầu hành trình làm bạn cảm xúc, làm chủ hạnh phúc!

1 HIỂU LẦM
TAI HẠI VỀ HẠNH PHÚC

Những Bức Ảnh Vô Giá

HƯNG TƯƠI
Sống để yêu thương! ♡

Bạn đã xem những bức ảnh đắt đỏ nhất thế giới chưa?

Tôi đã từng thấy chúng trong một bài báo, và thú thật là tôi không thể hiểu nổi sao lại có người bỏ 4 triệu đô chỉ để mua bức ảnh chụp bờ sông trông không khác nào bờ đê quê tôi. Lạ nhất là có người cảm thấy sung sướng khi mua được một bức ảnh chụp những lon đồ hộp trong siêu thị, với giá 3,3 triệu đô!

Nếu hạnh phúc đắt đỏ vậy, chắc tôi giàu to! Vì sao?

Mùa đông 2014, công ty mà tôi làm việc có mời một nghệ sĩ nước ngoài về dạy chụp ảnh cho chúng tôi. Nếu tham gia cùng tôi, bạn sẽ được cho mượn một chiếc máy ảnh kỹ thuật số. Ngoài việc hướng dẫn những bí quyết như chỉnh ánh sáng, chọn tỉ lệ, bố cục khung hình, vị nghệ sĩ còn chia sẻ cho bạn ý nghĩa thú vị của việc chụp ảnh: Kể chuyện.

Cuối khóa học, mỗi người được giao một dự án chụp hình với chủ đề: Kể câu chuyện ý nghĩa của bạn qua ảnh. Ai kể hay thì sẽ được vị nghệ sĩ đăng lên web của ông. Chúng tôi tham gia nhiệt tình lắm. Có người thì lựa chọn chụp cảnh Hà Nội về đêm; có người chọn chụp chợ đầu mối, chợ hoa lúc sáng sớm tinh mơ; có người thì lên Hàng Mã hay phố cổ Hà Nội để chụp.

Nếu là tôi, bạn sẽ chụp gì?

Lúc đó, trong đầu tôi hiện lên hai chữ: Quê hương.

Cuối tuần, tôi gói ghém đồ đạc và phóng xe hơn 100km về quê. Bình thường tôi ngại đi xe máy vì vừa bụi, vừa ê mông, lại mệt mỏi, chưa kể là mất gần 3 tiếng mới tới nhà. Tuy thế, lần này tôi lại cảm thấy khoan khoái lạ thường, và cả một chút lo lắng nữa, vì đây là lần đầu tiên tôi về quê với lý do trên trời: Chụp ảnh.

Về tới nhà, tất cả mọi người đều vui vẻ lẫn ngạc nhiên. Một phần vì tôi không báo trước, song phần lớn là vì ai cũng thấy *thằng con, đứa cháu lâu lắm không về* này, hôm nay đã dở chứng đi xe máy về quê. Sau một hồi giải thích lý do, tôi mới vác máy ảnh ra được đầu làng.

Tôi mở màn bằng hình ảnh chiếc cổng làng mới xây.

Tiếp đến trong câu chuyện của tôi là hình ảnh con đường làng thân thuộc, rồi đồi chè xanh ngát và lò gạch cũ. Tiếp đến là mấy chú lợn đang ăn cám, lũ gà con lon ton, chú trâu đang ngoe nguẩy cái đuôi, tất cả đều được tôi chụp lại. Một điều kỳ lạ là khi tôi chụp những bức hình giản dị ấy, tôi thấy trong lòng bình yên lạ thường.

Đặc biệt, đến lúc tôi chụp bức hình các chị nông dân đang hái chè, họ đã phát hiện ra tôi. Có chị đã nói, "Chú đợi các chị tạo dáng nhé! Cười thế này xinh chưa?"

Rồi các chị cười giòn tan với nhau.

Ôi! Sao mà họ đáng yêu thế!

Tôi nhận ra sự vô tư, hồn nhiên của người dân nơi quê mình. Tiếng cười đó ngập tràn sự lạc quan và hân hoan. Vậy là tôi đã có những bức hình đẹp hơn mong đợi.

"Quê hương là chùm khế ngọt, cho con trèo hái mỗi ngày. Quê hương là đường đi học, con về rợp bướm vàng bay."

Trong đầu tôi tự nhiên ngân lên câu hát của bài Quê Hương. Hành trình về quê chụp ảnh, tôi tìm lại được những ký ức sâu thẳm trong tâm hồn, vốn đã bị thời gian vùi lấp.

Tôi thầm cảm ơn người nghệ sĩ chụp ảnh đã truyền cảm hứng về quê lần này. Tôi khép lại câu chuyện bằng một bức hình chụp người mà đã chăm sóc tôi từ tấm bé, người đã lo cho tôi từng bữa ăn, giấc ngủ, luôn yêu thương tôi cho dù bất cứ chuyện gì xảy ra. Đó chính là bà nội tôi.

Theo bạn, bức ảnh trên đáng giá bao nhiêu?

Với tôi, đó là một bức ảnh vô giá. Không chỉ vì khoảnh khắc ấy thật đẹp trong lòng tôi, mà còn vì tôi đã không có cơ hội nào để chụp lại bức ảnh như thế nữa. Nội đã về nơi chín suối sau 2 năm kiên cường chiến đấu với căn bệnh ung thư.

Không chỉ những bức ảnh đắt giá, mà nhiều người còn sẵn sàng đánh đổi cả tỉ đô, chỉ để sở hữu những món đồ mang lại cảm xúc hạnh phúc nhất thời. Đặc biệt, còn có những người sẵn sàng đổi hết gia tài, chỉ để lấy lại một khoảnh khắc nào đó họ đã không trân trọng.

Tôi ước nếu được quay về quá khứ, tôi chắc chắn sẽ chụp nhiều *bức ảnh vô giá* như thế. Quá khứ đã qua, không thể lấy lại. Còn tương lai chưa tới, nên tôi chỉ có thể nhìn vào bức ảnh ấy mà ngậm ngùi. Bức ảnh ở đó như khắc vào tim tôi một điều:

Hãy trân trọng những gì mình có, và bạn sẽ hạnh phúc hơn cả những người giàu có nhất thế gian!

Tôi Muốn Hạnh Phúc!

FUSUSU®

Đã bao giờ bạn buồn tới mức không muốn làm gì cả chưa?

Tôi vẫn còn nhớ mãi khoảnh khắc ấy, tôi đang ngả lưng trên bãi cát mềm mại của thành phố biển Quy Nhơn, hai lá phổi tôi căng tràn gió biển, còn trái tim thì rỉ máu sau một cú sốc tình cảm. Tâm trí tôi bị bủa vây bởi câu hỏi:

Làm sao để hạnh phúc?

Lúc ấy, 30 năm cuộc đời tôi hiện ra như một bộ phim, mà trailer là một ký ức xa xưa khi tôi ở nhà một mình, và mới phát hiện ra trong nhà có hai cái *lỗ mũi phù thuỷ*.

Thật ra đó là cái ổ điện, nhưng với một đứa nhóc tò mò, thì việc nó có thể làm bóng đèn chết đi sống lại, hay quạt điện chạy vù vù, thực sự là phép màu. Biết đâu nó sẽ kích hoạt sức mạnh siêu nhiên nào đó trong tôi? Thật may mắn, hai cái lỗ ổ điện quá nhỏ so với... ngón chân, nên giờ tôi vẫn còn sống nhăn răng.

Ngẫm lại, hồi đó hạnh phúc thật!

Từ việc nhảy lên nhảy xuống cái gác xép trên nhà, cho tới chạy loanh quanh bãi cát ngoài bờ sông, đều có thể khiến tôi vui sướng. Đặc biệt, có một việc tôi có thể say sưa làm cả ngày, là khám phá các thiết bị điện tử trong nhà, tháo chúng ra tan nát, rồi lắp lại một cách đầy tự hào. Tất nhiên, đôi khi niềm tự hào không đi kèm với việc chúng sẽ hoạt động trở lại. Không có gì hoàn hảo cả, phải không?

Tôi thấy hạnh phúc như có sẵn trong mình.

Rồi tôi đến trường, những bài toán dạy tôi cách làm sao để tránh sai sót, những bài văn mẫu dạy tôi cách làm sao để... chiều lòng cô giáo, còn những bài đọc thuộc lòng dạy tôi cách làm sao để trở thành một chú vẹt xuất sắc. Được điểm cao cũng vui đấy, nhưng không thể khiến tôi hạnh phúc như hồi chưa đến trường.

Người ta nói không có khổ sẽ chẳng có vui. Đúng thật, không có những giờ học căng thẳng, tôi sẽ khó mà vỡ oà vui sướng khi nghe thấy tiếng trống ra chơi. Sau nhiều kỳ *chinh chiến*, tôi đã sở hữu hòm kho báu là một chiếc hộp thiếc đựng hàng trăm viên bi. Song điều tự hào hơn cả, là tôi có thể ngắm trúng một viên bi cách mình 2 mét, tương đương cả trăm mét nếu bạn nhỏ như một viên bi!

Đặc biệt, tôi vẫn còn nhớ hồi ấy trong xóm, nhà tôi là một trong những nhà sở hữu chiếc TV màu đầu tiên. Tôi mãi ấn tượng cái khoảnh khắc cả xóm tụ tập trong nhà tôi để cùng xem bộ phim Tây Du Ký, đông tới mức có những đứa nhóc phải chen chúc ở ngoài cửa sổ. Những tập phim hồi ấy đâu thể nào so sánh với những bộ phim bom tấn bây giờ, thế mà sao tôi vẫn cảm thấy hạnh phúc hơn cả?

Bạn có thấy thời gian giống một bậc thầy lừa đảo không?

Mới ngày nào tôi cảm giác việc chờ tới lúc ra chơi lâu như cả thế kỷ, chờ tập phim mới trên chiếc tivi màu lâu hơn cả thiên niên kỷ, mà loáng một cái tôi đã đi làm.

Như bao người khác, tôi có một công việc ngày 8 tiếng, và ai cũng hăng say làm việc kiếm tiền, cứ như thể tiền có thể mua được hạnh phúc. Tôi nghĩ nếu cứ theo vòng xoáy ấy, tôi sẽ bị thời gian lừa tiếp, và loáng một cái mình sẽ nằm trên giường hấp hối, mà vẫn chẳng thể nào trải nghiệm cảm giác hạnh phúc thực sự mà tôi tìm kiếm bấy lâu nay.

Đầu năm 2016, tôi quyết định thoát khỏi vòng xoáy ấy. Tôi đã tới một nơi xa xôi nhất nước, là hòn đảo Phú Quốc xinh đẹp, để tắm mình trong niềm đam mê xưa cũ: viết lách. Khi đặt tay vào bàn phím, những con chữ cứ thế tuôn ra ào ào như sóng vỗ.

Tôi đã thật hạnh phúc, cho tới khi tôi nhìn thấy nhiều cặp đôi thong dong trên bãi cát, tay trong tay sung sướng. Điều đó làm tôi chạnh lòng, và bắt đầu đi vào một ngã rẽ sai lầm. Tôi đã tin rằng trên đời này sẽ có ai đó có thể làm mình hạnh phúc, và tôi bắt đầu cố gắng tìm kiếm họ.

Sau đó ít lâu, tôi đã có khá nhiều mảnh tình vắt vai. Đếm lại thì cũng có nhiều giây phút vui sướng, nhưng đau khổ thì vẫn chiếm đa số. Tôi đã không biết rằng khi hai người đến với nhau với cùng một kỳ vọng rằng người kia sẽ khiến mình hạnh phúc, thì sớm muộn hoa trái tạo ra sẽ chỉ là đau khổ mà thôi.

Trải qua nhiều chuyện tình cảm đau đớn, tôi nhận ra rằng thứ hạnh phúc từ trước tới nay tôi nếm trải, chỉ là một thứ hạnh phúc mong manh dễ vỡ. Mỗi khi trải nghiệm nó, tôi cảm giác mình như đứng trên một cái cầu nhảy ở bể bơi, trên đó ghi chữ: Tôi muốn hạnh phúc. Trong đó, chữ hạnh phúc viết ở đầu cầu. Bạn đứng đó, sung sướng nhún nhảy, và... cái cầu nó gãy!

Khi đi ngao du, thường tôi thích những thành phố biển. Tôi cảm giác không gian bao la giúp tâm hồn mình cởi mở, và những cơn sóng biển giúp cuốn đi mọi ưu phiền. Có thể nói, tôi đã nằm ở hầu hết các bãi biển đẹp trên mảnh đất hình chữ S quê hương, nhưng vẫn chưa tìm thấy sự yên bình. Hay là tôi phải ra nước ngoài, phải đến những nơi huyền thoại như Maldives mới có câu trả lời?

Nằm nghe tiếng sóng biển, tôi nhận thấy từng đợt suy nghĩ đến và đi y như những cơn sóng. Sóng to, hay sóng nhỏ, thì cũng chỉ là sóng. Câu hỏi này, ý tưởng nọ, ký ức này, kỷ niệm kia v.v... tất cả cũng chỉ là suy nghĩ.

Tôi mặc kệ chúng đến và đi.

Tới một lúc, tâm tôi yên lặng như một hồ nước, và ở nơi đó, tôi đã tìm thấy câu trả lời. Lời giải đáp nằm trong chính thứ đã khiến tôi có mặt ở đây. *Tôi muốn hạnh phúc?* Nếu bỏ đi chữ muốn trong câu đấy, chẳng phải chỉ còn *Tôi hạnh phúc* hay sao?

Thật là đơn giản. Tất cả những đau khổ tôi đang trải nghiệm lúc này, là do trước đây tôi đã ham muốn đi tìm một thứ gì đó khiến mình hạnh phúc. Tôi đã để hạnh phúc của mình vào tay những thứ không thể kiểm soát, và khi thứ ấy mất đi, tôi cảm thấy cô đơn, buồn tủi.

Hôm ấy về tới nhà, trời đã tối, tôi thấm mệt. Tôi đã định viết một Blog để chia sẻ điều mới khám phá, nhưng tôi nhận ra nó lại là một chữ *muốn*, nên tôi lên giường nằm ngủ, và cho phép mình tận hưởng chính sự mệt mỏi đó.

Tôi thấy nó dần tan ra, thay vào đó là sự an lạc tự tại. 30 phút sau, tôi tỉnh dậy, trong người sảng khoái lạ thường. Nhìn bông hoa trên sân thượng, tôi cũng thấy vui. Mấy con muỗi vo ve quanh mình, tôi thấy cũng vui. Nghe tiếng hàng xóm ồn ào, tôi cũng thấy vui. Đúng thật, hạnh phúc là thứ gì đó có sẵn trong tôi. Tôi cảm giác y như hồi bé, mình có thể cảm thấy hạnh phúc ở khắp mọi nơi.

Trong tiếng nhạc du dương trên sân thượng, mà thực ra là tiếng đập phá của mấy nhà đang xây đằng xa, tôi đã viết lại bài học này để gửi đến tôi, cũng như các độc giả tương lai:

Làm sao để hạnh phúc? Hãy bỏ đi ba chữ *làm sao để*, bỏ luôn cả dấu hỏi trong câu ấy, sẽ chỉ còn lại *hạnh phúc* mà thôi.

Hạnh phúc luôn bên bạn, và hoàn toàn miễn phí. Nếu bạn không cảm nhận nó ở đây, ngay lúc này, thì bạn sẽ khó mà tìm thấy nó dù có đi bất cứ nơi nào trên thế gian.

Hãy nhớ:

Khi bạn có thể hạnh phúc ngay tại đây, ngay lúc này, bạn sẽ có thể hạnh phúc ở khắp mọi nơi!

Con Đường Đã Sai
Đích Đến Còn Dài

FUSUSU® HƯNG TƯƠI *Sống để yêu thương!*

Đố bạn, đặc điểm chung của hai câu chuyện trên là gì?

Câu trả lời là trải nghiệm của mỗi người tuy khác nhau, nhưng chúng tôi cuối cùng đều nhận ra:

Hạnh phúc là thứ gì đó xuất phát từ bên trong chúng ta, chứ không thuộc về thế giới bên ngoài.

Trái lại, nhiều người tin rằng hạnh phúc là đích đến. Niềm tin thế nào, thì họ sẽ suy nghĩ, cảm xúc, và hành động tương ứng. Họ bước đi trên một con đường vất vả để đạt được một thứ gì đó, với hy vọng đích đến cuối cùng sẽ làm họ hạnh phúc. Điều này đúng cả với những người tưởng chừng như đã có mọi thứ trong tay.

Bạn biết Leonardo Dicaprio chứ?

Anh là nam tài tử nổi tiếng với nhiều bộ phim đình đám như Titanic, Inception, Romeo & Juliet, cũng là ngôi sao hạng A Hollywood giàu có bậc nhất thế giới. Xuất thân khiêm tốn từ những mẩu quảng cáo trên truyền hình, sau 22 năm phấn đấu, cuối cùng anh đã dành được một tượng vàng trong lễ trao giải Oscar vào năm 2016. Tuy nhiên, tính tới tháng 8 năm

2021, danh sách bạn gái của anh đã lên tới hơn 30. Tới 2022, khi chúng tôi viết cuốn sách này, anh đã sắp U50 mà vẫn đang tiếp tục hẹn hò, với hy vọng người tiếp theo sẽ mang lại hạnh phúc cho mình.

Chịu khó tìm hiểu, bạn sẽ thấy có rất nhiều người thành công trên đời với đủ đầy mọi thứ, nhưng những gì bạn nhìn thấy chỉ là phần nổi của tảng băng. Còn phần chìm đau khổ, ít ai để lộ ra ngoài. Nói chung, số người thực sự hạnh phúc quanh chúng ta, có khi chỉ đếm trên đầu ngón tay.

Một kịch bản phổ biến là như thế này:

Đầu tiên, họ ra sức làm mọi thứ để có công việc mơ ước, với suy nghĩ rằng nó sẽ khiến họ hạnh phúc. Khi đạt được rồi, chưa kịp tận hưởng niềm vui với công việc mơ ước bao lâu, họ đã thấy áp lực vì có quá nhiều thứ phải làm. Họ quyết định làm cật lực với suy nghĩ rằng khi lên quản lý, mình sẽ hạnh phúc hơn. Khi đạt được rồi, họ vui lắm, nhưng có nhân viên cấp dưới có gì đó khiến họ không hài lòng. Họ vẫn còn nhiều việc phải làm trước khi được hạnh phúc. Cứ thế, thậm chí lên tới chức giám đốc, rồi chủ tịch hội đồng quản trị, họ vẫn cảm thấy mình cần phải làm thứ gì đó, trước khi đạt được hạnh phúc nào đó theo định nghĩa của họ...

Chúng tôi gọi đó là hạnh phúc có điều kiện. Tức là để có thứ hạnh phúc ấy, bạn cần phải đạt được một thành tựu nào đó, mà thật ra nó chỉ là cảm giác hưng phấn tức thời. Khoa học hành vi đã chỉ ra, sau khi bạn đạt thành tựu nào đó dù nhỏ thôi, bộ não sẽ tiết ra dopamine, nhằm đem lại cảm giác đó. Cứ thế, lần tới họ lại muốn làm lại hành vi ấy để có lại cảm giác cũ.

Theo Bj Fogg, giáo sư đại học Stanford, tác giả cuốn sách Tiny Habits (Thói Quen Tí Hon), thì dopamine là yếu tố chính thúc đẩy việc hình thành thói quen. Tuy thế, nếu bạn cho rằng cảm giác hưng phấn sau khi đạt thành tựu nào đó là hạnh phúc, thì thật tai hại. Vì khi thực hiện lại hành vi cũ, lượng dopamine tiết ra thường khó mà cao bằng lần đầu tiên. Điều này giải thích tại sao bạn ít khi muốn xem lại một bộ phim lần hai, dù nó khá hay, mà bạn sẽ muốn xem tiếp phần hai, hoặc một bộ phim khác liên quan hơn.

Nếu bạn đã từng nằm ì một chỗ, lướt hết bộ phim này tới bộ phim khác với hy vọng tìm được bộ phim nào đó giúp mình phấn chấn, thì giờ bạn đã biết nguyên nhân tại sao rồi. Khi hành vi cũ không thể mang lại mức dopamine như cũ, bộ não sẽ thúc đẩy bạn thực hiện hành vi mới, với hy vọng trải nghiệm cảm giác hưng phấn, thậm chí bao gồm những hành vi tiêu cực như thử những loại hình giải trí, các chất kích thích không lành mạnh.

Khi đi theo vòng xoáy này, người ta sẽ *nghiện dopamine*, và luôn đi tìm những thứ kích thích sự hưng phấn tạm thời đó, rồi hình thành thói quen nguy hại:

Luôn kiếm tìm một thứ gì đó để hạnh phúc.

Tôi phải có cái smartphone xịn hơn, tôi phải có món đồ đắt tiền hơn, tôi phải có cái này cái kia, tôi mới hạnh phúc. Họ tự trói buộc mình vào những thứ vật chất, mang lại hạnh phúc có điều kiện, mà không biết rằng thực chất đó chỉ là cảm giác hưng phấn nhất thời. Chỉ cho tới khi quá muộn, họ mới nhận ra mình đã từng rất vui vẻ hạnh phúc, mà đâu cần tất cả những thứ đó?

Bronnie Ware, một nữ y tá người Úc, sau nhiều năm chăm sóc những bệnh nhân sắp lìa đời, đã đúc rút ra 5 điều mà người ta thường nuối tiếc nhất trước khi chết trong cuốn sách cùng tên, đã được dịch ra 32 thứ tiếng.

5 điều này đã được tạp chí The Guardian trích dẫn:

1) Tôi ước mình đã dũng cảm để sống với con

người thật của mình, mà không phải là theo kỳ vọng của người khác.

2) Tôi đã ước rằng mình đã không làm việc quá nhiều.

3) Tôi ước mình đã có đủ dũng khí để thể hiện những cảm xúc của bản thân.

4) Tôi ước mình đã giữ liên hệ với bạn bè và người thân nhiều hơn.

5) Tôi ước mình đã có thể cho phép bản thân hạnh phúc nhiều hơn.

Bạn thấy đấy, lúc sắp lìa đời, đâu có ai ước rằng mình có nhiều tiền hơn, mình đạt thêm thành tựu này kia, hay thứ gì đó ở thế giới bên ngoài? Hoặc nếu có đi chăng nữa thì người đó cũng không thể mang theo *tài sản* sang thế giới bên kia được.

Họ chỉ ước rằng mình có thêm thời gian để có thể sửa chữa những sai lầm của bản thân, và tất nhiên điều đó là không thể.

Hãy nhớ:

Con đường đã sai, đích đến còn dài!

Con Đường Hạnh Phúc Là Đâu?

FUSUSU® HƯNG TƯƠI *Sống để yêu thương!* ♡

Bàn về hạnh phúc, bạn có thể tìm thấy vô số sách vở, hay những bài diễn văn chứa đựng triết thuyết sâu xa. Có người thì tự đưa ra khái niệm hạnh phúc của họ, hạnh phúc đơn giản là được đi đâu đó, làm gì đó, với ai đó, chưa kể tới những niềm hạnh phúc dựa trên đau khổ của người khác.

Chuyện kể rằng, có một thương nhân tên là Bán Quan Tài. Ông đã có 10 năm kinh nghiệm trong nghề, chuyên cung cấp các loại quan tài từ khảm gỗ quý cho tới mạ bạc, mạ vàng. Tháng trước, một dịch bệnh lạ khiến doanh số bán quan tài tăng gấp bội. Tài vui sướng lắm, bèn chia sẻ với người bạn tâm giao là ông Bia Văn Hơi.

"Ông biết không," Tài nói, tay đút túi quần, miệng

tủm tỉm cười. "Tôi đang tính mở một xưởng đóng hàng nữa, dạo này nhiều người chết quá."

"Sướng thế ông," Bia nói, đôi mắt trĩu xuống. "Đợt này dịch bệnh, phong tỏa khắp nơi, cấm hàng cấm quán, phố xá vắng tanh. Tôi chẳng có đồng nào, mấy em nhân viên xinh đẹp phải cho về quê nghỉ hết cả rồi."

Thế đấy, hàng ngàn định nghĩa khác nhau, mở ra hàng vạn con đường khác nhau tới những loại hạnh phúc khác nhau, và hầu hết đều là hạnh phúc có điều kiện.

Khi hết dịch bệnh, số người chết giảm, ông Tài sẽ lại bớt vui. Mọi người đi hàng quán để nhậu nhẹt ăn mừng, ông Hơi lại được sướng. Sự vui sướng của cả hai ông đều chỉ là tạm thời, họ mắc kẹt vào vòng xoáy đó và quên mất rằng họ đã từng là một đứa trẻ hạnh phúc như thế nào, trước khi đi bán quan tài hay mở quán bia hơi, trước khi đặt hạnh phúc của mình vào số tiền kiếm được nhờ công việc ấy.

Tác giả Og Mandino có một ý tưởng mà chúng tôi rất tâm đắc:

Thành công có thể có vô vàn định nghĩa, nhưng thất bại thì chỉ có một. Đó là khi ai đó đánh mất đi năng lực thực hiện mục tiêu của mình.

Với kinh nghiệm hơn 10 năm khám phá và trải nghiệm hạnh phúc từ tâm, chúng tôi nhận ra một điều tương tự.

Có vô vàn định nghĩa khác nhau về hạnh phúc, nhưng đau khổ thì chỉ có một. Đó là khi ai đó đánh mất năng lực tận hưởng hạnh phúc vốn có.

Dù bạn định nghĩa hạnh phúc thế nào, nó cũng không nằm ngoài phạm vi một trạng thái tinh thần.

Vậy là bạn có một tin vui:

Bạn có thể hạnh phúc mà không cần gì cả.

Còn tin buồn, kể cả thế, thì vẫn không dễ để hạnh phúc. Tận hưởng hạnh phúc là kỹ năng mà nhân loại đã đánh mất từ lâu, đặc biệt là khi bước vào kỷ nguyên công nghệ, với những thiết bị kích thích giác quan mạnh mẽ hơn bất cứ thời đại nào.

Hãy thử hình dung cái smartphone của bạn tự nhiên rớt xuống đất vỡ toang, hay chiếc laptop yêu quý của bạn bị đổ nước vào mà chập mạch. Về mặt lý thuyết, bạn đã bớt đi chút của cải, và tiến gần hơn tới trạng thái *không có gì cả*, đáng ra bạn phải hạnh phúc hơn chứ? Nhưng hãy xem, bạn sẽ cảm thấy đau khổ hơn thế nào?

Ngược lại, bạn còn nhớ hình ảnh đứa trẻ nào đó đang chơi đùa không? Nó có thể vui vẻ khi đơn giản chỉ là nhìn thấy một cái sân rộng để thoải mái chạy tung tăng. Nó có thể cười hạnh phúc khi nhìn thấy một chú chim nhảy lon ton trên cành cây. Nó có thể hạnh phúc ngay khi chẳng có bất cứ một thứ đồ công nghệ nào trong tay.

Khi bạn hiểu hạnh phúc đơn giản là một trạng thái tinh thần, mà ở đó tâm trí bạn như một mặt hồ phẳng lặng, lúc ấy, mọi đau khổ đều sẽ giống như rong rêu trôi nổi, che mờ hạnh phúc dưới đáy hồ. Chỉ cần gạt rong rêu qua một bên, bạn sẽ thấy hạnh phúc lấp lánh!

Nói chung, một hiểu lầm lớn của những người đang mưu cầu hạnh phúc mãi mà chưa thấy, là họ coi rằng hạnh phúc là thứ sẽ đến sau khi họ đạt được một thứ gì đó.

Chừng nào bạn còn coi hạnh phúc là hệ quả như vậy, bạn chỉ có thể trải nghiệm được thứ hạnh phúc có điều kiện ngắn ngủi. Bạn sẽ khó mà làm chủ hạnh phúc, vì đơn giản là thứ hạnh phúc ấy được quyết định bởi những yếu tố thuộc về thế giới bên ngoài, nằm ngoài tầm tay của bạn, và có đến thì cũng sẽ đi rất nhanh.

Đó là lý do mà trên hành trình này, chúng ta sẽ cùng rèn luyện kỹ năng để tận hưởng hạnh phúc từ tâm, thứ hạnh phúc có sẵn trong bạn, bạn có thể làm chủ hoàn toàn. Từ đó, thay vì đi trên đường đời, cố gắng đạt đủ loại thành tựu khác nhau để có hạnh phúc ngắn ngủi, bạn sẽ học cách tận hưởng hạnh phúc, và vui vẻ chinh phục mọi mục tiêu!

Để làm được điều đó, bạn cần nắm được 2 nguyên tắc quan trọng, hay 2 chìa khóa vàng làm bạn với cảm xúc, và vén màn hạnh phúc vốn có đang ẩn sâu bên trong!

2 CHÌA KHÓA VÀNG
LÀM BẠN VỚI CẢM XÚC

Chìa Khóa #1
Chấp Nhận Cảm Xúc

BẠN NUÔI CON SÓI NÀO?

HƯNG TƯƠI
Sống để yêu thương! ♡

Tôi vẫn nhớ mãi hồi còn dạy học, có một học sinh lớp 3 tên Q mới chuyển tới trường. Dù dáng gầy gò, da ngăm đen, nhưng Q có khả năng đặc biệt. Cứ ai làm mình khó chịu, ngay lập tức cậu sẽ *chiêu đãi* đối thủ bằng những quả đấm, bất chấp họ có to cao tới mấy. Điều đáng nói là trong danh sách những người bị *tẩn* của cậu có cả các bạn gái.

Qua tìm hiểu tôi biết ở trường cũ Q hay đánh các bạn nên bị tẩy chay, các phụ huynh đã lên tiếng khiến Q phải chuyển đi. Vì thế, Q đã xuất hiện ở trường mà tôi giảng dạy, với một công cụ toàn năng để giải quyết mọi vấn đề: Nắm đấm thượng hạng. Sau một trận đấu ác liệt, tôi có gặp Q để hỏi chuyện.

"Tại sao con lại đấm bạn ấy vậy?"

Q mặt đầy bức xúc. "Vì bạn ấy lớn tiếng với con!"

“Thế còn bạn hôm trước thì sao?”

“Tại bạn đó nói xấu sau lưng con.”

“Được rồi, còn bạn hôm trước nữa thì sao?”

“À, tại... bạn ấy nhìn đểu con.”

Tất cả những lý do Q đưa ra đều là do ai đó, do hoàn cảnh, chứ cậu không bao giờ nhận lỗi về mình. Có lẽ do lối giảng dạy hài hước, được khá nhiều học sinh yêu quý, nên Q cũng tỏ ra tôn trọng tôi. Sau một hồi trao đổi, Q tỏ ra rất hối lỗi về những việc đã gây ra. Tôi yêu cầu Q viết bản một cam kết sẽ không đánh các bạn nữa.

Mọi chuyện có vẻ dần tốt đẹp thì một ngày nọ, một đối thủ xứng tầm với Q đã xuất hiện. Đó là một học sinh tới học thử lớp của Q, tên là T, dáng người to lớn, nghe nói bạn này cũng rất nóng tính. Một hôm, cả lớp được tham gia một chương trình hướng nghiệp. Khi tới khu khám phá đồ nghề lính cứu hỏa, Q thích thú đội chiếc mũ lính cứu hỏa lên đầu. T từ đâu bất ngờ xuất hiện và giật lấy cái mũ ấy.

Ngay lập tức, Q lao vào, nhưng chắc nhớ tới bản cam kết, nên cậu không đấm mà lấy vai húc T thật mạnh.

T loạng choạng, rồi ngã nhào xuống đất.

Sau đó, không ai thấy T tới lớp, còn Q thì được

thưởng một bản kiểm điểm, kèm một tuần ở nhà *tĩnh tâm*. Qua tìm hiểu, tôi được biết thêm tuổi thơ của Q là những tháng ngày bị bạn bè bắt nạt, cộng với những lời mắng mỏ, những trận đòn lên bờ xuống ruộng từ bố. Hiểu được điều này, tôi càng thương và muốn giúp đỡ Q hơn. Tôi quyết định hỏi chuyện cậu một lần nữa.

"Sao con đã cam kết với thầy rồi mà vẫn húc bạn ấy trọng thương như vậy?"

"Vì bạn ấy lấy mũ của con," Q nói, giọng bức xúc. "Bạn ấy khiến con bực."

Nghe tới đó, tôi chợt nhớ tới câu chuyện về hai con sói kinh điển đã giúp ích cho mình ngày xưa. Tôi đã kể cho Q rằng trong trái tim chúng ta, có hai con sói ngự trị. Một con rất hiền và một con rất dữ. Nếu Q cứ tiếp tục cung cấp thức ăn là sự bực bội cho con sói hung dữ như vậy, nó sẽ ngày càng to khỏe và nuốt trọn tâm hồn cậu.

"Nhưng con quen như thế rồi," Q nói.

Tôi đáp, "Hành trình nuôi dưỡng con sói hiền lành còn dài, nhưng nếu không làm bây giờ thì là bao giờ?"

Q có vẻ hiểu ra vấn đề, cậu đồng ý sẽ chăm sóc con sói hiền lành trong tâm trí. Không lâu sau, Q được giao nhiệm vụ là người phụ trách kỷ luật cho lớp. Có lẽ nhờ những *thành tích* trước đây, mà cậu đã làm rất tốt vai trò của mình. Những trận đấu bạo lực trên lớp đã giảm hẳn.

Khi tôi viết lại câu chuyện này đã là lúc Q lên lớp 4, tôi có gọi điện hỏi thăm cô giáo chủ nhiệm về tình hình của Q thì cô kể rằng Q đã lựa chọn thay đổi và rất tiến bộ.

Câu chuyện hai con sói đã không chỉ giúp tôi, mà còn giúp Q và rất nhiều người nữa. Những người đã lựa chọn nuôi dưỡng cảm xúc tích cực trong mình, thay vì những cảm xúc tiêu cực. Sau này khi nghe Phương kể, tôi mới biết có một phiên bản khác của câu chuyện này, bổ sung một mảnh ghép quan trọng còn thiếu, cũng là yếu tố then chốt để làm bạn với cảm xúc.

Câu Chuyện Bầy Sói

FUSUSU®

Một cậu bé chạy về nhà và nói, "Ông ơi, cháu tức quá!"

"Sao thế cháu?" Ông hỏi.

"Mấy đứa bạn chơi xấu cháu! Cháu ghét chúng nó, cháu phải làm gì đây thưa ông?"

"À ra thế, để ông kể cháu nghe chuyện này. Cháu có biết khu rừng sau nhà mình có một bầy chó sói không?"

"Có ạ!" cậu bé nói, mắt mở to. "Bầy sói này rất hiền, cháu cho chúng ăn suốt ấy mà."

"Ồ vậy hả? Thực ra ngày xưa chỉ có hai con thôi. Một con thì rất hiền, chẳng bao giờ làm hại ai, và chỉ đánh nhau khi thực sự cần thiết. Con còn lại thì rất nóng nảy, nó có thể gây sự vì những lý do nhỏ nhặt, hoặc thậm chí không cần lý do. Hằng ngày, chúng hay tới gần nhà mình tìm thức ăn. Có vẻ như cả hai con đều muốn thống trị khu rừng, nên cứ thấy nhau là có chuyện liền."

"Vậy con sói nào thắng thế ông?"

"Đó là con sói mà ta cho nó ăn nhiều hơn."

"Ừ nhỉ," cậu bé bật cười và nói, "Ông đã cho con sói hiền ăn phải không? Vì cháu ghét con sói nóng nảy kia. Không có thức ăn, nó sớm muộn sẽ phải bỏ đi, đúng không ạ?"

"Cháu của ta thông minh lắm."

"Mà chó sói thì có liên quan gì tới cháu hả ông?"

"À, trái tim chúng ta cũng giống một khu rừng có hai con sói. Khi có người làm điều gì đó khiến ta bực mình, rồi thù ghét họ, thì ta đang cho con sói dữ ăn, và ta sẽ chỉ ngày càng mệt mỏi. Giống hệt như cháu chích thuốc độc vào tim mình, nhưng lại cầu cho kẻ thù lăn quay ra đất."

"Ối!" cậu bé thốt lên. "Cháu muốn con sói hiền, cháu sẽ không bực lũ bạn nữa!"

"Tuyệt lắm," ông mỉm cười. "Thế cháu đoán số phận của chú chó sói hung dữ sẽ thế nào?"

"Nó buộc phải kiếm ăn ở khu rừng khác ạ? Mà vậy thì thật là tội nghiệp cho khu rừng mới ông nhỉ?"

"Đúng rồi, thế nên ta đã làm một điều khác biệt.

Ta đã cho cả hai con sói ăn, và dần kết thân với con sói dữ. Sau đó, ta phát hiện ra ở chân nó có cái dằm, khiến nó lúc nào cũng khó chịu. Ta đã nhổ nó đi, và con sói trở nên lành tính hơn. Thật ra, bầy sói hiền lành cháu thấy trong khu rừng sau nhà chính là con cháu của cả hai con sói khi xưa đấy."

Đôi mắt cậu bé tròn xoe. "Vậy cháu phải gặp lũ bạn kia, và nhổ hết dằm dưới chân chúng nó mới được!"

Người ông cười ha hả.

Mảnh Ghép Còn Thiếu

Có thể bạn đã đọc đâu đó câu chuyện hai con sói, và đa phần chúng kết thúc ở đoạn người ông nói rằng con sói chiến thắng là con sói mà bạn tiếp sức cho nó. Còn ở đây, người ông đã cho cả hai con sói ăn, kết thân với con sói dữ, và tạo ra một bầy sói hiền lành. Người ông đã làm một việc rất khó, đó là chấp nhận con sói dữ.

Thường ai cũng muốn vui vẻ, nhưng nếu không biết thế nào là buồn thì làm sao cảm nhận được niềm vui trọn vẹn? Thường ai cũng muốn sung sướng, nhưng không biết tới thế nào là khổ, thì làm sao cảm nhận sự sung sướng trọn vẹn?

Nếu bạn chỉ chấp nhận những cảm xúc tích cực, và nỗ lực xua đuổi những cảm xúc tiêu cực, thì thật ra bạn đang nuôi một con sói khác còn nguy hiểm hơn cả, nằm sâu thẳm trong tiềm thức. Đó là con sói của sự chán ghét, cũng là mầm mống sẽ tạo ra sự ràng buộc vào những thứ mang lại hạnh phúc có điều kiện sau này.

Do vậy, bước đầu tiên để làm bạn với cảm xúc, và tiến tới hạnh phúc từ tâm, là bạn cần dừng thói quen phân biệt đối xử này lại, để học cách chấp nhận mọi cảm xúc đến với mình, cho dù có thế nào đi chăng nữa. Để làm được điều đó, bạn cần khám phá một bí mật, cũng như một công thức để làm chủ cuộc đời.

"Theo bạn chúng ta đang sống trong mấy thế giới?"

Đó là câu hỏi chúng tôi hay đố học viên của mình, trong các khóa học trước đây.

Có bạn trả lời là 3 thế giới: Thế giới của người nam, người nữ, và thế giới thứ ba. Có bạn còn trả lời là tồn tại vũ trụ song song, nên số lượng thế giới là vô hạn. Nói chung, câu trả lời rất đa dạng, song có một câu trả lời đơn giản, nhưng lại đầy sức mạnh. Nó cũng là một sự thật, tồn tại bấy lâu nay mà bạn có thể đã quên mất mà thôi.

Chúng ta đang sống trong hai thế giới.

Thế giới thứ nhất là thế giới bên ngoài, thế giới của hoàn cảnh, của những gì mắt thấy, tai nghe, những gì đang diễn ra xung quanh bạn. Thế giới còn lại là thế giới bên trong bạn, thế giới của suy nghĩ, của cảm xúc. Vậy hiểu được điều này sẽ giúp bạn thế nào trong cuộc sống?

> "Cuộc sống là 10% những gì xảy đến với bạn, và 90% còn lại là cách bạn phản ứng."
> ~ Ngạn ngữ.

Hoàn cảnh (HC) + Phản ứng (PU) = Kết quả (KQ)

Như một phương trình hóa học, hai thế giới này tiếp xúc với nhau thông qua phản ứng của bạn, tạo ra một kết quả tương ứng. Sống trong từng khoảnh khắc, bạn không ngừng đối mặt với các hoàn cảnh khác nhau. Mỗi phản ứng của bạn với chúng đều tạo ra một kết quả nào đó.

Tuy nhiên, nếu chỉ có thế thì mọi thứ sẽ thật dễ dàng, bạn chỉ cần phản ứng tích cực là kết quả tốt đẹp sẽ tới??? Vậy tại sao có những người làm điều tốt, mà ông trời lại cho họ những tình huống trớ trêu? Ngược lại, tại sao có người làm điều xấu, mà vẫn có những kết quả tốt đẹp?

Thực ra công thức đó chỉ là phần nổi của tảng băng. Giống như một hạt cây gieo xuống đất, có thể mọc lên một cái cây, từ cái cây này có thể sinh ra hàng trăm ngàn hạt giống khác, thậm chí tạo ra một khu rừng. Trong thực tế, kết quả bạn tạo ra sau mỗi phản ứng, sẽ góp phần tạo ra một hoàn cảnh khác cho bạn theo một cách nào đó.

> HC1 + PU1 = KQ1 -->
>
> --> HC2 + PU2 = KQ2 -->
>
> ----> ... HCn + PUn = KQn -->

Sau hàng chục năm sống, bạn gặp hàng ngàn hoàn cảnh khác nhau, bạn phản ứng và tạo ra hàng ngàn kết quả khác nhau, chúng tích tụ lại và liên tục đưa bạn tới những hoàn cảnh không thể tiên đoán, để bạn lại phản ứng tiếp.

Chuỗi phản ứng đó phức tạp tới nỗi bạn khó mà có thể truy nguồn gốc và đổ lỗi cho ai đó, hay cái gì đó. Hoàn cảnh xấu hiện tại, có thể là do kết quả của một phản ứng nào đó trước đây góp phần tạo nên mà bạn không thể nhớ nổi.

Do vậy, có một tin buồn và một tin vui cho bạn.

Tin buồn:

Dù hoàn cảnh có tệ tới mức nào, bạn sẽ không thể đổ lỗi cho ai được nữa rồi, kể cả ông trời. Vì tất cả mọi thứ bạn nhận được hiện tại, đều là do bạn.

Còn tin vui:

Bạn là người chủ cuộc đời mình. Dù quá khứ của bạn có thế nào, thì bạn có quyền lựa chọn phản ứng trong hiện tại, và thay đổi kết quả trong tương lai.

Có thể lúc này bạn sẽ nghĩ, được rồi, tôi sẽ lựa chọn phản ứng tích cực với các hoàn cảnh ở bên ngoài, và có một tương lai tốt đẹp hơn, nhưng điều này thì có liên quan gì tới cảm xúc trong tôi?

Thật ra công thức này không chỉ đúng thế giới bên ngoài, mà nó còn đúng với thế giới bên trong của bạn. Đây chính là mảnh ghép còn thiếu mà ít người biết tới trong công thức làm chủ cuộc đời này.

FUSUSU® HƯNG TƯƠI
Sống để yêu thương!

4 Bước Phản Ứng Của Tâm Trí

Đã bao giờ bạn gặp ai đó mình không ưa, và ngay lập tức cảm thấy khó chịu chưa? Lý do là do người kia, hay là do thứ gì đó diễn ra bên trong bạn?

Thật ra, khi bạn ở trong bất cứ một hoàn cảnh nào, sẽ luôn có những thứ kích thích các giác quan của bạn: Mắt, tai, mũi, lưỡi, làn da, v.v... Từ đó tạo ra những phản ứng sinh hóa trên cơ thể, làm dấy lên trong bạn những cảm giác nhất định. Ngay sau khi nhận biết những cảm giác này, theo thói quen, tâm trí sẽ lập tức đánh giá chúng là tốt hay xấu, kéo theo đó là một cảm xúc tương ứng.

Nếu cảm giác khó chịu, cảm xúc sẽ là ghét bỏ. Ngược lại, nếu cảm giác dễ chịu, cảm xúc sẽ là ham thích. Những cảm xúc này sẽ thôi thúc bạn tạo ra hành động tương ứng. Cảm xúc ghét bỏ thường thôi thúc bạn làm mọi cách để xua tan cảm giác khó chịu, còn cảm xúc ham thích sẽ thôi thúc bạn làm mọi cách để có thêm cảm giác dễ chịu.

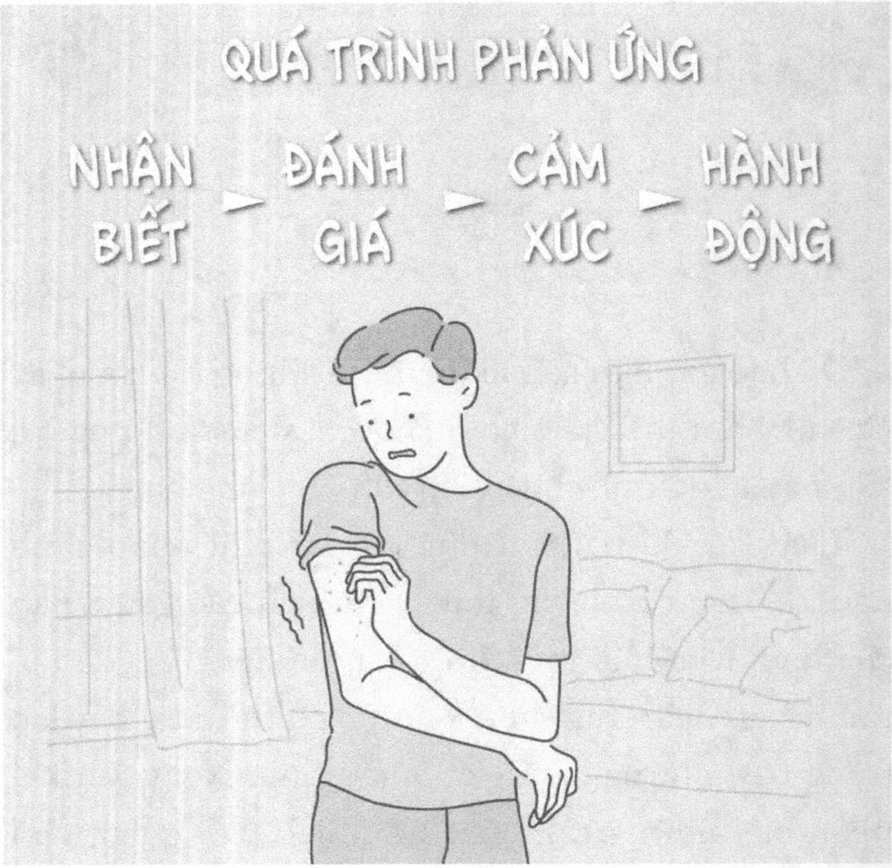

Có thể nói, quy trình 4 bước phản ứng của tâm trí này là ngọn nguồn của mọi kết quả bạn nhận được trong cuộc đời. Quy trình này thường diễn ra rất nhanh, nếu không có luyện tập sự chú tâm, bạn sẽ khó mà để ý được các cảm giác trên cơ thể; Nếu không luyện tập khả năng bình tâm, bạn sẽ khó mà chấp nhận những cảm giác ấy; và lập tức bị chúng chi phối như một thói quen cố hữu.

Điều này giải thích cho việc gặp một ai đó khó ưa, ngay lập tức ta đã muốn tránh né. Gặp một hoàn cảnh không như ý, ngay lập tức ta cảm thấy khó chịu và muốn thoát ngay khỏi hoàn cảnh ấy. Bản chất là tâm trí bạn đang phản ứng, đang muốn trốn chạy khỏi những cảm giác khó chịu.

Ngược lại, gặp ai đó dễ thương, ta lập tức muốn có nhiều thời gian hơn bên họ. Gặp hoàn cảnh như ý, ta cảm thấy thoải mái, và muốn hoàn cảnh ấy mãi mãi diễn ra như vậy. Bản chất là tâm trí bạn đang phản ứng, đang muốn chạy theo những cảm giác dễ chịu.

Càng lớn lên, thói quen *phân biệt đối xử* này càng ăn sâu bám rễ, khiến hầu hết mọi người luôn có xu thế tìm mọi cách để được vui sướng hoặc tránh ưu phiền. Từ đó họ dần quên đi hạnh phúc từ tâm vốn có trong mình, cũng như quên mất rằng có một con đường khác để hạnh phúc:

Con đường hạnh phúc từ tâm.

Trên con đường này, bạn sẽ nhận ra mọi cảm xúc đều có ý nghĩa tốt đẹp của nó. Mọi cảm giác, đều có vai trò của riêng nó. Khi làm bạn với cảm xúc, bạn sẽ tìm ra *chiếc dằm* trong cảm xúc. Nhổ được chúng đi, mọi cảm xúc đều có thể trở thành những người bạn đồng hành đáng tin cậy, mọi cảm giác xuất hiện đều là cơ hội giúp bạn luyện tập sự bình tâm, để vượt qua trở ngại, và chinh phục mục tiêu.

Đó là lý do chìa khóa đầu tiên là bạn đừng vội phản ứng, đừng vội xua đuổi bất cứ cảm xúc nào đang tồn tại trong bạn. Vậy làm sao để chấp nhận cảm xúc?

Chúng ta sẽ khám phá ở các phần sau. Trước đó, hãy làm một bài thực hành nhỏ, rồi tìm hiểu chiếc chìa khóa số 2 rất quan trọng ở phần tiếp theo.

FUSUSU® HƯNG TƯƠI Sống để yêu thương!

Thực Hành Viết Thư Cho Cảm Xúc

Bạn có biết bộ phim Inside Out chứ?

Hãng phim Pixar đã rất xuất sắc khi biến các cảm xúc buồn, vui, giận, sợ hãi, chán ghét trở thành những nhân vật sinh động, dễ thương, và tạo ra một bộ phim vô cùng ấn tượng, và rất nhân văn.

Nếu coi mỗi cảm xúc cũng là một con người, thì ai cũng cần được chấp nhận. Vậy mà bao năm qua, biết bao lần bạn đã xua đuổi những người bạn cảm xúc tiêu cực trong mình rồi? Giờ muốn làm bạn với các cảm xúc này, chưa chắc đã suôn sẻ đâu. Vì nếu bạn đã lỡ đối xử tệ bạc với họ, thì liệu họ có muốn làm hòa ngay với bạn hay không?

Giữa muộn và quá muộn, có một khoảng cách rất lớn. Nghe có vẻ lạ, nhưng đây là điều bạn cần làm càng sớm càng tốt, đó là hãy viết thư cho những người bạn cảm xúc.

Ngay bây giờ, hãy nghĩ tới một cảm xúc tiêu cực nào đó mà bạn hay gặp dạo này hoặc là một cảm xúc nào đó mà bạn từng rất muốn xua tan nó.

Nếu cảm xúc đó tên là Buồn, bạn có thể viết như sau:

Xin chào người bạn cảm xúc mang tên... Buồn!

Bao năm qua, tôi đã luôn tìm cách xua đuổi cậu đi, mà không nhận ra...

(Một vài ý nghĩa tốt đẹp của nỗi buồn)

Buồn ở đó là để nhắc tôi sống chậm lại, Buồn ở đó là để cho tôi có thời gian suy ngẫm về cuộc đời v.v...

Tôi thành thật xin lỗi, và tôi hứa từ giờ chúng ta sẽ là bạn tốt của nhau, và cùng chiến thắng trò chơi cuộc sống.

..., ngày ... tháng ... năm ...

(Ký, ghi rõ họ tên).

Bạn có thể làm tương tự với những cảm xúc khác mà bạn đang muốn xua đuổi bấy lâu nay.

Hãy tin chúng tôi, càng viết nhiều những bức thư như vậy, bạn sẽ càng cảm thấy khá hơn. Tự nhiên những người bạn cảm xúc tích cực sẽ xuất hiện, và đặc biệt những người bạn cảm xúc tiêu cực cũng sẽ không ảnh hưởng nhiều tới bạn như trước nữa.

Hãy thử mà xem!

Chìa Khóa #2
Cây Bút Tâm Trí

Chuyện Hai Người Hàng Xóm

HƯNG TƯƠI

Sống để yêu thương! ♡

Có bao giờ bạn tự ti về ngành nghề, hoặc ngôi trường mình đang theo học chưa?

Khác với Nam Phương, đỗ đại học điểm cao chót vót tại một trong những ngôi trường danh giá nhất thời đó, ĐH Ngoại thương Hà Nội, còn tôi thì chỉ là một trường bình thường, với ngành học mà nói ra ai cũng tròn mắt, "Thật hả?"

Còn nhớ khi về quê ở Thái Nguyên, lúc nghe tin tôi đỗ đại học, một cô hàng xóm chạy ngay sang nhà và hỏi mẹ tôi. "Thằng Hưng nó học gì vậy chị?"

"À… Nó học đại học liên quan đến nước nôi gì đó," mẹ tôi nhấn mạnh từ *đại học* dữ lắm, như thể cánh cửa tương lai của tôi đã được mở ra sáng ngời.

"Dạ, ngành cấp thoát nước cô ạ!" tôi làm rõ.

"Tốt quá!" cô hàng xóm cười nói. "Ngành đó độc

quyền đấy. Người ta còn thu tiền nước là không lo thất nghiệp."

Tôi bật cười.

Rồi lúc mới đặt chân tới Hà Nội để nhập học, bác hàng xóm bên cạnh sang chơi. Có lẽ việc xuất hiện của một cậu sinh viên từ quê ra tỉnh khiến bác tò mò. Và tôi đã được chào đón với câu hỏi mà tôi luôn ngại ngần nhất.

"Cháu học gì thế?" bác hỏi.

"Dạ…" tôi gượng gạo đáp. "Cháu học ngành cấp thoát nước ạ."

"Thế hả!" bác cười. "Vậy ra trường khỏi lo rồi, ngành đấy thì an tâm. Vì Hà Nội còn ngập lụt thì cháu còn việc!"

Tôi lại bật cười.

Thái độ tích cực của hai người hàng xóm làm tôi nhận ra một bài học quan trọng của cuộc sống:

Tâm trạng của chúng ta không phụ thuộc vào hoàn cảnh xảy đến với chúng ta, mà phụ thuộc vào sự nhận định của chúng ta về hoàn cảnh ấy.

Từ đó, sự tự ti về ngành nghề không còn là nỗi nhức nhối trong tôi. Thậm chí sau này, khi trở thành một chuyên gia đào tạo, tôi còn dùng cái ngành độc nhất vô nhị của mình để mang lại tiếng cười cho học viên. Rồi khi trở thành một thầy giáo ở trường, bí quyết ấy cũng đã giúp tôi rất nhiều.

Mới hôm trước khi viết dòng này, tôi có nhận được cuộc gọi của một phụ huynh. Chị chia sẻ nỗi đau đáu của mình về đứa con mới lên lớp 4.

"Chị thật sự rất bế tắc, không biết phải làm gì nữa." Chị nói, giọng nghẹn nào. "Đã mấy hôm nay hai mẹ con không nói chuyện với nhau. Kể từ lúc nó nói con không cần mẹ!"

Sau hơn 30 phút tâm sự, tôi nhận ra đó là một người mẹ rất tình cảm. Chị yêu con, thương con và luôn mong những điều tốt đẹp nhất cho con. Thấy con học trường cũ vất vả, bài vở nhiều, chị đã xin cho con chuyển sang trường mới với nhiều hoạt động trải nghiệm mà con thích. Con đã từng là một cậu bé luôn tươi cười, biết quan tâm đến mọi người xung quanh, thậm chí còn đạt giải khi thi toán và bơi lội. Vậy mà giờ đây, thế giới của con là chiếc máy tính. Một khi đã ngồi vào thì không thể nào tách ra được.

Tôi hỏi, "Chị có biết con làm gì trên máy tính không?"

"Con nó tự học lập trình game, sau đó con chơi những trò mà con đã lập trình. Nhiều lúc con vào các kênh youtube để xem hướng dẫn lập trình, miệt mài quên cả thời gian."

Tôi nở một nụ cười. "Hình như con đam mê lập trình ạ?"

"Đúng rồi thầy ạ! Chị biết điều đó cũng tốt, nhưng con không chịu tập viết. Ngày xưa chữ đẹp bao nhiêu thì giờ chữ xấu bấy nhiêu. Cứ nhắc đến tập viết hay học hành là hai mẹ con căng thẳng thầy ạ."

Đến đây thì mọi chuyện đã rõ. Kỳ vọng của mẹ là con phải học thật tốt những môn ở trường, nhưng thứ mà khiến con thích thú thực sự lại là thứ khác.

"Chị có một người con rất dũng cảm," tôi nói, miệng mỉm cười. "Với kinh nghiệm bản thân, em tin rằng con sẽ thành công trong lĩnh vực con chọn. Tuy nhiên, hành trình đó không đơn giản, và sẽ càng khó khăn hơn nếu không có sự động viên của mẹ. Chị nghĩ sao nếu 20 năm sau, khi kể câu chuyện thành công của mình, con sẽ nói lời cảm ơn chị vì đã đồng hành và hỗ trợ mình?"

Chị suy nghĩ một lúc rồi đáp, "Cảm ơn thầy, chị hiểu rồi. Chị sẽ tìm cách kết nối lại với con. Chị phải thay đổi, nhưng khi nào có chuyện gì thì chị xin phép gọi điện cho thầy nhé!"

Tôi cảm nhận được niềm vui của chị trong câu nói ấy. Tôi cũng đáp vui vẻ, "Em sẵn sàng ạ!"

Đôi khi trong đời, những lúc gặp khó khăn, người ta chỉ đơn giản là cần ai đó lắng nghe mình một cách chân thành. Khi tâm an, mọi chuyện cũng sẽ an, họ sẽ tự tìm ra giải pháp cho vấn đề của mình. Còn lúc sóng gió, tâm nghĩ đủ đường, dấy lên những cảm xúc khó chịu, tạo ra phản ứng thái quá, dẫn tới kết quả không như ý.

Những người bạn cảm xúc trong ta cũng vậy. Khi họ tới, chắc chắn là họ phải có một vấn đề gì đó. Ai cũng thích người bạn cảm xúc tích cực, mà quên mất rằng những người bạn cảm xúc tiêu cực cũng cần được lắng nghe. Nếu ta trốn chạy hoặc xua đuổi họ, thì sẽ chỉ càng làm vấn đề thêm phức tạp. Mà thật ra tiêu cực, hay tích cực, cũng chỉ là do chính nhận định của chúng ta mà thôi.

TÂM SỰ CỦA PEN

FUSUSU®

Câu chuyện cây bút này kể về một cây bút, tên là Pen. Nó thích cái tên đó lắm, nhưng vì sinh ra ở Việt Nam nên chẳng ai gọi nó là Pen, mà gọi là cây bút. Vì rất yêu quý cây bút, nên tôi gọi nó là Pen.

Một lần nọ, Pen có tâm sự với tôi vài lời, mà giúp tôi giải đáp được biết bao thắc mắc trong đời. Giờ đây, mỗi lúc gặp một hoàn cảnh không như ý, là câu chuyện cây bút này lại khiến tôi mau chóng bình tâm trở lại.

"Anh Fususu ơi," Pen nói. "Em thấy đời phức tạp quá!"

"Sao phức tạp hả em?" Tôi nói mà lòng tự hỏi không biết đầu óc mình có vấn đề gì không mà lại... đi nói chuyện với một cây bút.

"Anh à," Pen nói. "Chắc là trừ anh ra, mọi người đều nghĩ em là cây bút, họ dùng em để viết. Điều đó thật tuyệt, nhưng…"

"Nhưng sao?" Tôi hỏi.

"Có lần em không may bị rớt xuống đất, một đứa bé nhặt được. Nó sờ, nó bẻ, nó đập em xuống đất đau hết cả mình mẩy. Tại sao vậy anh?"

"Ồ, tội nghiệp Pen. Chắc vì đứa bé nghĩ Pen là đồ chơi đấy."

"Em lại có tên mới là đồ chơi ư? Mà chưa hết, chơi chán, đứa bé quăng em vào góc nhà. Lúc sau có chú chó xuất hiện, nó liếm, nó gặm em đau điếng. Tại sao thế anh?"

"Ôi, tội nghiệp Pen. Chắc chú chó ấy đang đói và nghĩ em là cục xương. Đó là cuộc sống, có gì phức tạp em?"

"Phức tạp là chỗ đấy, rốt cuộc em là ai. Cây bút? Đồ chơi? Hay là cục xương? Em là ai?"

"Thế em nghĩ giữa người ta, đứa bé và con chó, thì ai đúng?"

Pen suy nghĩ một hồi rồi đáp, "Ờ nhỉ, hình như chẳng có ai sai. Với chú chó, em là cục xương, nên nó mới gặm. Với đứa bé, em là đồ chơi, nên nó mới bẻ, còn với mọi người, em là cây bút, nên họ mới dùng em để viết."

"Tuyệt lắm," tôi nói. "Thế bây giờ nếu chỉ có một mình em trong phòng, em sẽ là gì?"

"Em… là em thôi," Pen nói, mắt sáng rực. "Em

chẳng là gì cả. A, em hiểu rồi, hình như người ta thấy em, và tự đặt tên cho em, và sử dụng em theo suy nghĩ của họ. Mà tự nhiên khi nghĩ mình chẳng là gì cả, em hạnh phúc quá!”

Kết thúc cuộc trò chuyện, Pen vui lắm, còn tôi im lặng và ngẫm lại về việc: chẳng là gì cả, chỉ là chính nó. Câu chuyện cây bút hay lời tâm sự của Pen thật đơn giản, nhưng giúp tôi nhận ra một sự thật sâu sắc.

Mọi thứ mà ta thấy trên đời, đem lại cho ta niềm vui hay nỗi buồn, không phải là do tự thân nó, mà là do cách ta nhận định, và theo đó phản ứng mà thôi. Chúng ta tự làm mình vui, tự khiến mình buồn, mà cứ nghĩ cảm xúc của mình là do thứ gì đó bên ngoài điều khiển.

Trong câu chuyện cậu bé lớp 4 không cần mẹ của anh Hưng, cây bút tâm trí của người mẹ viết ra câu chuyện: Con mình ngồi máy tính suốt ngày như vậy, quả là hư hỏng, tương lai nó sẽ đi đâu về đâu?

Còn cây bút tâm trí của anh Hưng lại viết câu chuyện khác: Niềm đam mê lập trình có thể giúp con trở thành một người thành công trong tương lai. Khi nhìn vấn đề theo cây bút của anh Hưng, người mẹ cảm thấy tích cực hơn.

Một ai đó khiến bạn tổn thương, trong mắt bạn,

họ có thể là người rất đáng ghét, cây bút tâm trí bạn viết ra những câu chuyện khủng khiếp về họ. Tuy thế, trong con mắt người khác, họ vẫn có thể là một người rất đáng yêu, với những câu chuyện tuyệt vời khác. Còn nếu người đó ở một mình, chẳng qua con mắt của ai cả, thì họ đơn giản là… một con người, không ai yêu, cũng chẳng ai ghét.

Họ đơn giản là họ, vậy thôi.

Một sự kiện diễn ra không như ý, bạn có thể gọi đó là điều không hay, và viết ra những câu chuyện kiểu như: Mình thật xui xẻo, mình bị ông trời trù ẻo. Tuy nhiên, một thời gian sau, bạn nhìn lại chuyện ấy và nhận ra bài học nào đó thú vị, bạn lại gọi đó là trải nghiệm đáng nhớ.

Thế đấy, mọi thứ đều là chính nó, chỉ có tâm trí ta tự dựng nên chuyện, và theo đó mà tự buồn, tự vui. Khi nhận ra mọi thứ vốn là chính nó, bạn sẽ thấy thứ khiến chúng ta cảm thấy buồn, vui, giận, hờn… chính là câu chuyện mà chúng ta tự viết ra bằng cây bút tâm trí của mình.

Khi nhận ra điều đó, bạn sẽ thấy một sự thật hiển nhiên: Mình chính là chủ nhân cuộc đời mình, chính mình cần phải thay đổi, chứ chẳng phải là ai đó, hay thứ gì đó thuộc về thế giới bên ngoài.

Khi thấy ai đó, khi một điều gì đó xảy ra, cuốn bạn vào một cảm xúc không mong muốn, hãy nhớ tới cây bút Pen, hãy bình tâm quan sát xem tâm trí bạn đang viết ra câu chuyện gì. Khi nhìn ra nguyên nhân sâu xa, và không phản ứng, bạn sẽ giảm được sức mạnh chi phối của cảm xúc, từ đó có thể đưa ra được những quyết định sáng suốt hơn.

Tất nhiên, đây cũng là một kỹ năng, đòi hỏi thời gian rèn luyện, vì tâm trí chúng ta đã quá quen với việc đánh giá mọi việc theo một khuôn mẫu nào đó rồi. Vậy làm sao để rèn luyện nó đây?

NGHỆ THUẬT CHUYỂN HÓA Ý NGHĨA

Bạn nhìn thấy gì trong bức tranh dưới đây?

Nếu bạn nhìn thấy mặt chú bé đang buồn, thì hãy thử lật ngược cuốn sách lại. Bạn sẽ thấy điều kì diệu đấy!

Thế nào, bạn nhìn ra một cậu bé tươi cười chứ?

Mọi sự kiện trong cuộc sống cũng vậy, tùy vào bạn nhìn vào mặt gì, mà cây bút tâm trí sẽ viết ra câu chuyện tương ứng, và tạo ra những cảm xúc dẫn dắt hành động.

Chuyện kể rằng có một binh đoàn nọ rơi vào bẫy mai phục của địch. Giờ đây, họ bị bao vây tứ phía, không có đường rút. Vị phó tướng tới gặp tướng quân để xin ý kiến.

"Thưa ngài," phó tướng nói. "Tinh thần anh em xuống lắm rồi, chúng ta sẽ bại trận mất!"

"Đưa cho ta cái loa," vị tướng nói.

Phó tướng đưa cho ông cái loa phường to tướng.

Vị tướng cầm lấy và hô vang, "Anh em ơi, giờ xung quanh đều là địch, có nghĩa là chúng ta bắn đâu cũng trúng. Hãy dùng hết hoả lực!"

Khi nghe thấy cụm từ *bắn đâu cũng trúng*, anh em lính tráng bật cười, khí thế chiến đấu tràn trề. Cuối cùng, binh đoàn đã phá được vòng vây, còn vị tướng quân thì ngày càng được tin tưởng bởi sự lạc quan tích cực của mình.

Với mỗi chuyện xảy ra, bạn có thể giống như vị phó tướng, nhìn vào mặt buồn và trở nên bi quan, hoặc giống vị tướng quân, nhìn vào mặt cười, và trở nên lạc quan.

Nếu như chiếc chìa khóa đầu tiên, chấp nhận cảm xúc, giúp bạn bình tâm hơn để nhìn nhận vấn đề, thì chiếc chìa khóa thứ hai này, cây bút tâm trí, sẽ giúp bạn thoát ra khỏi vòng vây của vấn đề đó.

Đôi khi chúng ta bị cuốn vào một cảm xúc nào đó, là bởi vì tất cả những gì chúng ta nhìn thấy chỉ là một ý nghĩa tiêu cực do cây bút tâm trí mình viết ra. Nếu bạn có thể giữ được sự bình tâm, và viết lại một ý nghĩa mới tích cực hơn cho những chuyện đã xảy ra, bạn sẽ thấy người bạn cảm xúc của mình dù đang nóng giận hay buồn rầu thế nào đi chăng nữa, cũng sẽ thay đổi nhanh chóng.

Để hiểu hơn, bạn hãy thử đọc các hoàn cảnh dưới đây, và xem cách chúng tôi *chuyển hóa ý nghĩa*. Sau đó, bạn có thể tự thực hành với các hoàn cảnh tiếp theo.

VÍ DỤ CHUYỂN HÓA Ý NGHĨA

Hoàn cảnh: Gia đình bạn chuẩn bị đi dã ngoại ở công viên thì trời bỗng đổ mưa rất to.

Chuyển hóa ý nghĩa:

Ở một góc nhìn khác thì đó là cơ hội để mọi người mở tiệc ở nhà. Cũng may là trời mưa sớm để còn biết mà ở nhà!

Hoặc sau khi tạnh mưa, trời sẽ mát mẻ, ở nhà hay đi chơi đều thoải mái hơn!

Hoàn cảnh: Người yêu nói lời chia tay.

Chuyển hóa ý nghĩa:

Cũng tốt chứ sao.

Đây là cơ hội để mình tìm được người phù hợp hơn. Mình sẽ yêu người nào biết trân trọng tình cảm của mình đã dành cho họ.

Hoàn cảnh: Bị điểm kém bài kiểm tra.

Chuyển hóa ý nghĩa:

Điều đó có nghĩa là mình còn có thể làm tốt hơn nữa. Xem lại những lỗi sai, lời cô phê trong bài kiểm tra, sẽ giúp mình rút kinh nghiệm cho bài kiểm tra lần sau.

Mình tin rằng nhờ những lần bị điểm kém đó mà đến lúc thi học kì mình làm bài cẩn thận hơn. Không bị sai những lỗi ngớ ngẩn nữa.

Để tìm ra ý nghĩa tích cực, bạn có thể dùng các câu hỏi gợi ý sau:

1) Ở một góc nhìn khác, điều này có ý nghĩa gì tích cực?

2) Cuộc đời đang dạy mình bài học gì mà mình chưa để ý?

3) Nếu đây là cơ hội để làm tốt hơn, mình có thể làm gì?

4) Trong một hoàn cảnh khác, việc này sẽ hữu ích thế nào?

Thực Hành Chuyển Hóa Ý Nghĩa

HƯNG TƯƠI
Sống để yêu thương!

Một lưu ý là việc chuyển hóa ý nghĩa sẽ trở nên thú vị hơn khi bạn làm cùng với ai đó. Bạn sẽ không chỉ thấy cây bút tâm trí mỗi người khác nhau như thế nào, mà sẽ có thêm nhiều ý tưởng và góc nhìn mới mẻ. Nếu được, bạn hãy tìm ai đó để cùng thực hành với họ các tình huống sau đây.

Hoàn cảnh: Sức khỏe của tôi dạo này kém quá.

Ý nghĩa tích cực:

Hoàn cảnh: Bố mẹ rất hay so sánh tôi với người khác.

Ý nghĩa tích cực:

Hoàn cảnh: Có đứa bạn rất hay nói xấu sau lưng tôi.

Ý nghĩa tích cực:

Hoàn cảnh: Dịch Covid khiến tôi bị thất nghiệp.

Ý nghĩa tích cực:

Hoàn cảnh: Tôi sinh ra trong một gia đình nghèo.

Ý nghĩa tích cực:

Hoàn cảnh: Mọi người trong gia đình không tin tưởng vào nghề nghiệp lựa chọn của tôi.

Ý nghĩa tích cực:

Hoàn cảnh: Tôi đánh rơi ví tiền khi đang đi chơi.

Ý nghĩa tích cực:

Hoàn cảnh: Tôi đang làm công việc mà tôi không thích.

Ý nghĩa tích cực:

Hoàn cảnh: Tôi muốn đầu tư vào vàng và bất động sản nhưng tôi chưa có tiền.

Ý nghĩa tích cực:

Còn bây giờ, bạn hãy thử nghĩ về một hoàn cảnh của bản thân, mà mỗi khi nghĩ tới bạn cảm thấy rất khó chịu.

Hãy dùng 4 câu hỏi vàng bên trên để tìm ý nghĩa tích cực cho chuyện này nhé!

Hoàn cảnh của bạn:

Ý nghĩa tích cực:

Để Chuyển Hóa Hiệu Quả Hơn

 FUSUSU®

Bạn có gặp khó khăn nào khi thực hành không?

Kinh nghiệm của chúng tôi cho thấy, khó khăn thường gặp nhất là: Không tìm ra được ý nghĩa tích cực.

Nếu gặp tình huống này, bạn có thể chia sẻ hoàn cảnh của mình với ai đó mà bạn tin tưởng, chúng tôi gọi đó là người cố vấn. Hãy hỏi họ một câu rằng, "Theo bạn, thì điều này có ý nghĩa gì tích cực?"

Chắc chắn bạn sẽ bất ngờ với câu trả lời đấy. Vì thường với góc nhìn khách quan, họ sẽ dễ dàng tìm ra những gì mà bạn đã chưa để ý khi đóng vai trò là người trong cuộc.

Trong cuộc trò chuyện của anh Hưng với người mẹ bên trên, thì anh Hưng là một người cố vấn. Anh đơn giản chỉ đưa ra góc nhìn của mình, như động tác gạt bỏ lớp rong rêu trên *mặt hồ tâm trí* của người mẹ. Ánh sáng của giải pháp lúc này có thể dễ dàng xuyên qua mặt hồ, và giúp mọi chuyện trở nên sáng tỏ hơn.

Bên cạnh đó, còn có một tình huống nữa. Đó là bạn có thể tìm ra ý nghĩa nào đấy, nhưng lại cảm thấy nó như lời tự an ủi sáo rỗng, và rồi sau đó chẳng có gì khá hơn cả. Tình huống này thường xảy ra khi bản thân bạn đang rơi vào hoàn cảnh đó thật sự, cơn lũ cảm xúc lúc ấy quá mạnh. Bộ não mải mê tìm cách chống chọi lại cảm xúc, các suy nghĩ mới không đủ mạnh để thay đổi dòng chảy.

Hãy nhớ: Không chuẩn bị, là bạn đang chuẩn bị cho thất bại.

Đó là lý do bạn được thực hành chuyển hóa rất nhiều các tình huống để tạo ra những liên kết sẵn có trong não bộ. Khi hoàn cảnh tương tự xảy ra thực sự, do có sự luyện tập từ trước, các liên kết trong não bộ được kích hoạt, sẽ giúp bạn thoát ra khỏi sự chi phối của cảm xúc do cây bút tâm trí tạo ra lúc đó.

Chẳng hạn trong cuộc sống, nhiều khi bạn phải làm việc với những người với tính cách đa dạng. Không thể tránh được những hiểu lầm, được mất, hơn thua. Đặc biệt là những lời nói xấu mang tính xúc phạm, ảnh hưởng tới lòng tự trọng của bạn. Khi đó, nếu không có sự chuẩn bị tâm lý từ trước, bạn sẽ dễ dàng bị cảm xúc cuốn đi.

Cá nhân tôi mỗi lần gặp tình huống ai đó nói xấu mình, hoặc cố tình mang lại cho mình những cảm xúc tiêu cực, tôi lại nhớ ngay tới câu chuyện thú vị này.

Món Quà Từ Bác Nông Dân

FUSUSU®

Chuyện kể rằng có bác nông dân nọ đang cuốc đất, thì để ý thấy có một thanh niên ngồi yên dưới gốc cây từ sáng tới giờ mà không làm gì cả, bác bực lắm. Sức trẻ trai tráng thế kia mà cứ ngồi ì một chỗ.

Mãi tới chiều, vẫn thấy anh ta ngồi đó, bác cầm cuốc tiến tới hỏi. "Này anh kia, sao không kiếm gì mà làm đi chứ?"

Anh ta chỉ im lặng khiến bác càng bực hơn. "Này, anh có nghe tôi nói không đấy?"

Anh ta vẫn im lặng.

Hết chịu nổi, bác nông dân giơ cuốc lên. "Này, anh làm tôi bực đấy, liệu hồn tôi cho một cuốc bây giờ!"

Anh ta mở mắt, nở một nụ cười và nhẹ nhàng hỏi, "Này bác, có bao giờ bác nhận được quà không?"

Bác nông dân ngớ người, từ trước giờ chưa ai hỏi bác một câu lạ thế, bác gãi đầu. "Ừ! Thì thi thoảng vẫn có người trong xóm biếu tôi vài bao thuốc lào…"

Anh ta hỏi tiếp, "Thế nếu có người biếu bác 100 cân thuốc lào, bác không nhận thì nó thuộc về ai?"

Bác nông dân nhíu mày. "Tất nhiên là thuộc về họ rồi, mà 100 cân cơ à? Hút hết đống đó là đi viện đấy!"

Anh ta mỉm cười. "Nếu ví sự bực bội của bác cũng giống thuốc lào, thì lúc nãy bác định biếu tôi cả 100 cân đấy! Tôi không hút thuốc mà cũng chẳng muốn đi viện, xin bác vui lòng đem về cho."

Bác nông dân người cứng đơ, và chợt nhận ra điều gì đó, nên bác vội vã xin lỗi. Sau ấy, khi biết rằng thực ra anh thanh niên đó là một thiền sư trẻ tuổi mà rất tài năng, bác đã xin được làm đệ tử tại gia của ngài. Dần dần, bác thay đổi tâm tính, và trở nên hiền hòa, hạnh phúc hơn.

Nếu bạn luôn ghi nhớ câu chuyện *Món quà từ bác nông dân* bên trên, đảm bảo bạn sẽ ngạc nhiên vì lần tới có ai đó nói xấu hoặc làm gì đó để mang lại cho bạn cảm xúc tiêu cực đấy. Lúc ấy bạn sẽ thấy họ giống như bác nông dân tới biếu bạn 100 cân thuốc lào.

Trong câu chuyện, người nông dân vì thiếu hiểu biết, chỉ nhìn vẻ bề ngoài mà đánh giá, nên đã buông lời thô lỗ với vị thiền sư. Bằng trí tuệ của mình, ngài nhận ra đây là cơ hội để giúp người nông dân thay đổi. Tương tự, khi bạn gặp phải tình huống như vậy mà bạn giữ tâm bình thản, thì bạn cũng đang giúp cả người đối diện nữa.

Các cụ có câu *phòng bệnh hơn chữa bệnh*, nên khi ai đó nói xấu hay mang lại cho bạn cảm xúc tiêu cực, hãy nhớ tới câu chuyện bác nông dân. Họ đang cố *tặng quà* cho bạn đấy. Hãy nhớ, những món quà dù cho vỏ đẹp tới mấy dụ dỗ bạn bóc ra, dụ dỗ bạn bực dọc, thì đừng vội vã nhận ngay. Vội vã phản ứng chỉ khiến tâm trí bạn ngộ độc khói thuốc lào, và có khi phải vào viện tĩnh dưỡng đấy.

Nói thì dễ, làm mới biết khi nhận quà, ai cũng hào hứng muốn mở ra ngay phải không? Khi nhận những lời nói thậm tệ, do thói quen mà ít nhiều trong ta cũng sẽ nảy sinh những cảm xúc tiêu cực, và phản ứng. Chính vì thế mà bạn cần tới 3 bước xây đặc biệt ở phần sau, để giúp bạn tạo ra một hàng rào vững chãi bảo vệ tâm trí của mình.

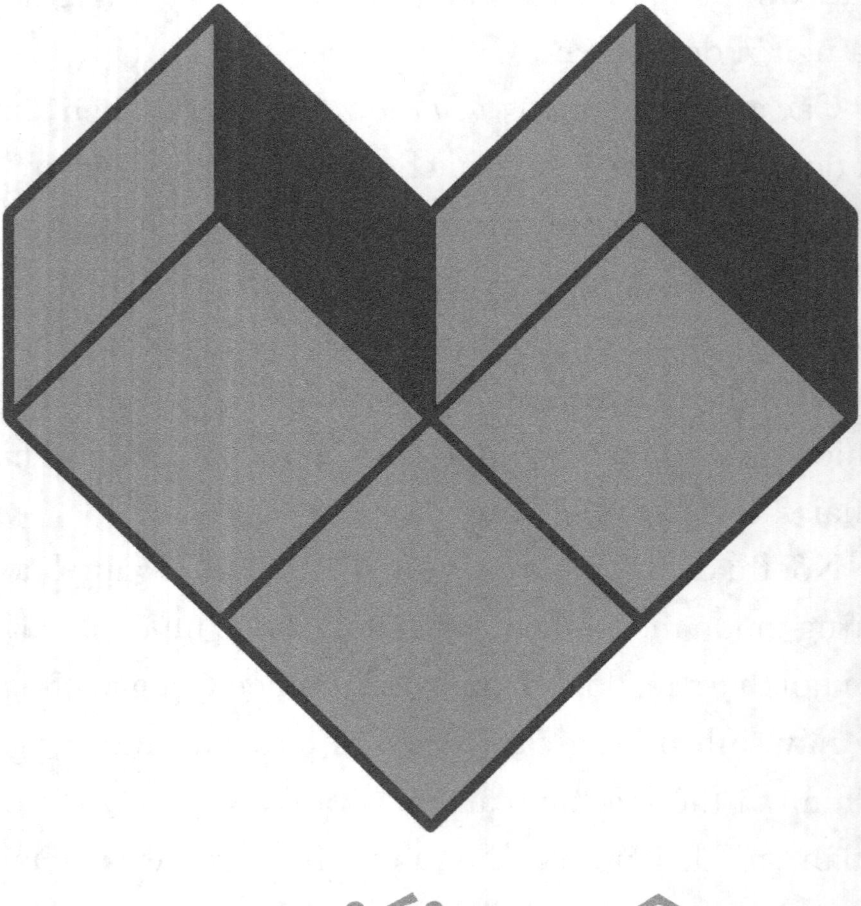

3 BƯỚC XÂY HẠNH PHÚC TỪ TÂM

Một người đàn ông sau khi trải qua nhiều đớn đau trong cuộc đời, đã buông bỏ cuộc sống xa hoa chốn đô thị để về quê, với mong muốn được thanh thản.

Tuy nhiên, có rất nhiều lúc những ký ức trong quá khứ hiện về khiến tâm can ông day dứt không yên. Nghe nói trên núi có một vị thiền sư biết phương pháp chữa bách bệnh, kể cả những nỗi đau tinh thần. Ông liền khăn gói lên đường để tìm gặp cho bằng được vị thiền sư này.

Cuối cùng, người đàn ông cũng tìm thấy vị thiền sư đang ngồi tĩnh tọa trong túp lều của mình. Ông bước tới, cung kính lạy vài lạy.

"Thưa ngài," người đàn ông nói. "Tôi khổ tâm quá, mong ngài chỉ cách xoa dịu nỗi đau."

Vị thiền sư vẫn ngồi im, nhắm mắt.

Người đàn ông tỏ ra sốt ruột. "Mong ngài chỉ tôi cách để an tâm ạ!"

Vị thiền sư mở mắt. "Tâm ông đâu? Đưa đây ta an cho."

Nói xong, vị thiền sư cười lớn. Còn người đàn ông giật mình, ông đã ngộ ra điều gì đó. Sau ấy, hai người nói chuyện, vị thiền sư đã giải thích cho ông hiểu ra vấn đề.

Theo đó, mọi nỗi đau ông đang có là do tâm trí

quá tập trung vào những thứ đã xảy ra trong quá khứ. Dù đã về quê, nhưng ông vẫn chú tâm vào ký ức cũ. Càng làm vậy, thì càng giống xát muối vào vết thương cũ, ông sẽ chỉ đau khổ hơn mà thôi. Thay vì đi tìm một thứ gì đó để hạnh phúc, điều ông cần là làm chủ sự chú tâm, để có thể sống trong hiện tại, nơi vốn không có nỗi đau nào cả. Chỉ có thế, ông mới cảm nhận được hạnh phúc, vốn bị đám rong rêu của cảm xúc đau khổ che khuất.

Bước #1
Định Tâm

BÌNH TĨNH CŨNG LÀ KỸ NĂNG

HƯNG TƯƠI
Sống để yêu thương! ♡

Có bao giờ bạn bị mất bình tĩnh không?

Khi mất bình tĩnh bởi một thứ gì đó, phần não tư duy bị lấn át bởi phần não cảm xúc. Nếu không có sự luyện tập để có thể điều khiển sự chú tâm của mình, thì lúc ấy tâm trí chỉ có thể lặn ngụp trong những hình ảnh tiêu cực về cái thứ đã làm mình mất bình tĩnh.

Tôi cũng đã thấy rõ điều này thông qua một trải nghiệm đáng nhớ ở trường Alpha cùng với các học sinh đáng yêu của mình.

Hôm ấy, tôi có một tiết dạy cho các bạn lớp 2 ở trường Alpha. Nếu bạn có mặt ở đó, bạn sẽ thấy các học sinh ở lớp này rất hiếu động. Vì thế tôi phải có mặt sớm hơn 10 phút để ổn định lớp.

"Thầy ơi!" một bạn nữ thốt lên khi tôi mới bước vào lớp. "Bạn Nguyên và Bách đang chuẩn bị đánh nhau ạ!"

Dưới lớp, tôi thấy có một nhóm học sinh đang

quây xung quanh Nguyên và Bách, như thể một võ đài quyết đấu.

"Có chuyện gì thế?" tôi lớn tiếng. "Đang giải lao, sao các bạn không ra chơi mà lại ở trong lớp thế này?"

Có vẻ như Nguyên chẳng nghe thấy tôi nói. Mặt đỏ tía tai, cậu thét lên, rồi lao về phía Bách với nắm đấm trong tay. Thấy thế, Bách cũng hùng hổ xông lên, như con thú quyết định bứt phá khi bị dồn vào đường cùng.

Thật may là các bạn xung quanh đã giữ được Nguyên và Bách. Quang Hưng, một bạn to con nhất lớp quát lên. "Bình tĩnh lại nào! Thầy vào lớp rồi kìa!"

Bách khi nhận ra tôi thì bắt đầu dừng lại, nhưng nét mặt của cậu vẫn vô cùng khó chịu. Còn Nguyên vẫn tiếp tục hét lên, và cố nhao người lên để đánh Bách.

Lúc này, Quỳnh Anh, một bạn nữ đặt hai tay vào vai Nguyên, nhìn thẳng vào mắt cậu và nói. "Nghe tớ nào, hãy nhắm mắt lại, hít thở sâu như thầy đã nói hôm trước ấy!"

Sau vài hơi thở, Nguyên bắt đầu bình tĩnh trở lại. Nước mắt lăn trên má, Nguyên khóc nấc lên thành tiếng. Các bạn vây xung quanh ôm lấy Nguyên.

Đó là một khoảnh khắc thật đẹp mà tôi không thể nào quên.

Sau đó tôi mời hai bạn ra ngoài để nói chuyện. Hóa ra lý do là Nguyên đã lấy bút màu của Bách mà chưa xin phép, đến khi bị đòi lại thì Nguyên bực bội, thế là chuyện bé xé ra to.

"Cho tớ xin lỗi nhé," Nguyên nói. "Do không thấy bạn ngồi đó nên tớ đã không xin phép."

"À," Bách đáp. "Lúc nãy tớ đi vệ sinh. Mà tớ cũng có lỗi khi không giữ được bình tĩnh. Đó là hộp bút màu mẹ mới mua cho, tớ rất thích nó."

"Thầy cảm ơn hai bạn," tôi nói. "Cũng may là có các bạn trong lớp giúp đỡ. Đừng để vì một chiếc bút mà làm tổn thương nhau. Các bạn nhớ chưa?"

"Con nhớ rồi ạ!" hai bạn đồng thanh nói rồi mỉm cười.

Rồi nhân sự việc ấy, tôi đã gửi cảm ơn đến từng thành viên trong lớp, và cho cả lớp ôn lại lợi ích của việc hít thở sâu, và cùng nhau thực tập. Nhìn những ánh mắt ngây thơ, đôi môi đỏ mọng và đôi má hồng hào của các bạn nhỏ lớp 2, trong lòng tôi ngập tràn hạnh phúc.

Tôi nhận ra, để có thể hạnh phúc bền lâu thì có một kỹ năng rất quan trọng, mà tôi ước mình được rèn luyện từ bé. Đó là định tâm, được hiểu đơn giản là khả năng chú tâm của bạn vào một đối tượng nào đó. Đối tượng ấy càng tích cực, thì tâm trí của bạn càng bình an.

Lưu ý quan trọng

Định tâm, hay khả năng chú tâm vào một đối tượng nào đó, cũng là một năng lực sẽ giúp ích cho bạn rất nhiều trong cuộc sống, từ gia tăng khả năng tập trung, kiểm soát cảm xúc, cho tới kỷ luật bản thân. Thông thường, mỗi người lớn lên trong môi trường khác nhau, nên năng lực này cũng sẽ khác nhau.

Đó là lý do phần này bạn sẽ được chia sẻ tới 7 bài tập để rèn luyện khả năng định tâm, một bước tiên quyết trong hành trình xây dựng hạnh phúc từ tâm. Hãy cứ thử lần lượt các bài tập này, sau đó chọn một bài bạn cảm thấy phù hợp nhất, biến nó thành thói quen hàng ngày.

Sau một vài tuần kiên trì, khi khả năng chú tâm của bạn tăng lên, sẽ giúp bạn sẵn sàng hơn cho bước bình tâm ở chương sau. Tuy nhiên, bạn vẫn cứ nên đọc hết cuốn sách một lượt để nắm được tư tưởng chung, cũng như tự lập cho mình một kế hoạch rèn luyện hợp lý.

Bài Tập #1
Đếm Hơi Thở

Bạn nghĩ sao nếu có một người luôn bên mình, mọi lúc mọi nơi, cho tới cả lúc nhắm mắt xuôi tay?

Nếu vậy thì quả là tuyệt vời phải không?

Thật ra bạn đã có rồi đấy, chỉ là bạn đã quên mất người bạn này mà thôi. Đó chính là hơi thở của bạn.

Bài tập #1 - Đếm hơi thở

Khi nóng giận, lo lắng, hay quá xúc động, thường người ta sẽ được khuyên rằng bạn nên hít một hơi thật sâu. Bạn đã thử chưa? Bạn có thấy mình bình tĩnh lại không?

Sự thật là hơi thở và cảm xúc của bạn có mối liên hệ mật thiết với nhau. Nếu để ý bạn sẽ thấy khi có những cảm xúc mạnh, bạn thường sẽ thở gấp hơn. Ngược lại, những lúc bạn bình an thư giãn, hơi thở sẽ trở nên rất nhẹ nhàng.

Hơi thở chính là cầu nối giúp bạn kết thân với những người bạn cảm xúc bên trong mình và biến họ thành đồng minh. Do vậy, hãy kết bạn với hơi thở của bạn trước tiên!

1) Chuẩn bị

Hãy chọn một tư thế ngồi thoải mái. Bạn có thể ngồi trên ghế, trên đệm, hoặc bất cứ đâu, miễn là bạn cảm thấy an ổn, và cơ thể vững vàng như trái núi.

Nếu thời gian hữu hạn, bạn có thể đặt đồng hồ hẹn giờ, hoặc dùng điện thoại có chức năng đếm giờ, song điều này là không bắt buộc.

LƯU Ý

Một số nơi gợi ý bạn bật nhạc, tâm trí có thể dễ an ổn hơn, nhưng sẽ bị phụ thuộc vào chúng. Do vậy, chúng tôi KHÔNG khuyến khích sử dụng âm nhạc, bạn chỉ cần một nơi yên tĩnh để có thể cảm nhận hơi thở tốt nhất.

2) ĐẾM HƠI THỞ

Hãy nhắm mắt, chủ động hít vào, thở ra, ý thức rõ ràng về hơi thở lúc đi vào, đi ra. Để ý hơi thở của bạn xem nó dài hay ngắn, cố gắng cảm nhận luồng hơi thở đi vào từ mũi cho tới hai lá phổi.

Khi hít thở, bạn cũng không cần phải hít sâu, thở mạnh, mà hãy cứ để mọi thứ diễn ra một cách tự nhiên nhất. Khi hơi thở đi vào, đếm 1. Hơi thở đi ra, đếm 2. Cứ thế, chậm rãi, nhịp nhàng, và đếm tiến lên con số càng lớn càng tốt.

Ở lần đầu tiên, hãy cứ thử xem bạn có thể đếm được đến số bao nhiêu thì bắt đầu bị xao lãng. Khi tâm trí xao lãng, bạn có thể hít một hơi dài hơn, nín thở một chút, rồi đưa ý thức trở về với hơi thở.

Sau đó, bạn đếm lại từ đầu cho tới con số lúc nãy mà mình đã xao lãng, hoặc nếu không nhớ số bao nhiêu thì cứ tiếp tục đếm tiến lên, con số càng lớn càng tốt.

3) Kết thúc

Bạn có thể kết thúc khi cảm thấy thoải mái, hoặc khi đồng hồ kêu, tùy vào thời lượng bạn có. Dù thế nào, hãy nở một nụ cười thật tươi, rồi thầm nói:

"Hơi thở là người bạn tốt, luôn bên tôi, mọi lúc mọi nơi."

Hãy cứ làm thử bài tập này một vài lần trong ngày, vào bất cứ lúc nào bạn rảnh.

Nếu bạn cảm thấy sau khi thực hiện, mình trở nên điềm tĩnh hơn, và sau mỗi lần thực hiện, bạn đều đếm được tới con số lần trước, hoặc lớn hơn thì rất tốt. Bài tập này có thể phù hợp với bạn, hãy biến nó thành thói quen hàng ngày để gia tăng khả năng định tâm.

Mẹo nhỏ là bạn hãy liên kết nó với một thói quen sẵn có nào đó của bạn. Ví dụ như ngay sau khi tắm xong, trong lúc bạn thoải mái nhất, có thể thực hành một vài phút.

4) LƯU Ý

Khi đã quen với việc đếm hơi thở, bạn hãy bắt đầu để ý các cảm giác khi hít vào, thở ra:

Luồng không khí đi vào ấm hay lạnh?

Không khí đi ra lạnh hay ấm?

Không khí đi vào lỗ mũi bên nào?

Không khí đi ra lỗ mũi bên nào?

Thói quen quan sát các cảm giác này sẽ trở thành nền tảng quan trọng, giúp chuẩn bị cho bước bình tâm ở chương sau.

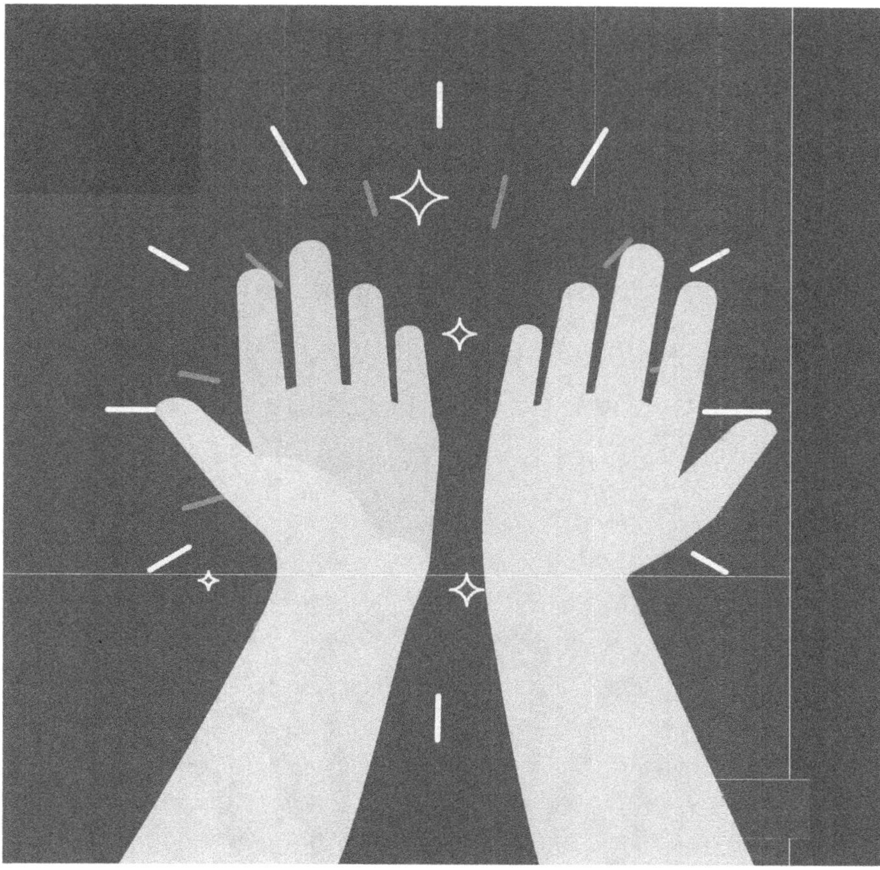

Bài Tập #2
Thở 5 Ngón Tay

Bên cạnh người bạn hơi thở, thì có một người bạn khác cũng thân thuộc không kém, giúp ích cho bạn cực nhiều trong cuộc sống hàng ngày.

Đó chính là những ngón tay của bạn!

Bài tập #2 - Thở 5 ngón tay

Nếu như bài đếm hơi thở đòi hỏi bạn cần một không gian yên tĩnh, thì bài tập này bạn có thể làm ở bất cứ đâu, và cũng có tác dụng giúp bạn thư giãn. Nên bạn có thể biến bài tập này thành một thói quen, thực hiện ngay sau những giờ học tập hoặc làm việc căng thẳng.

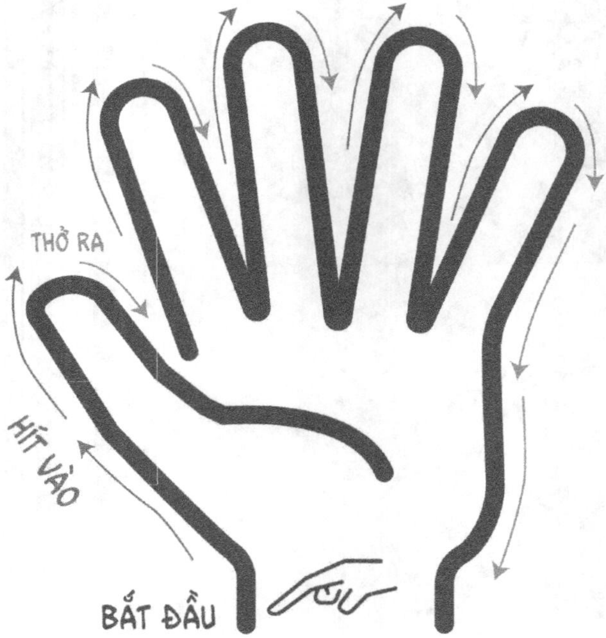

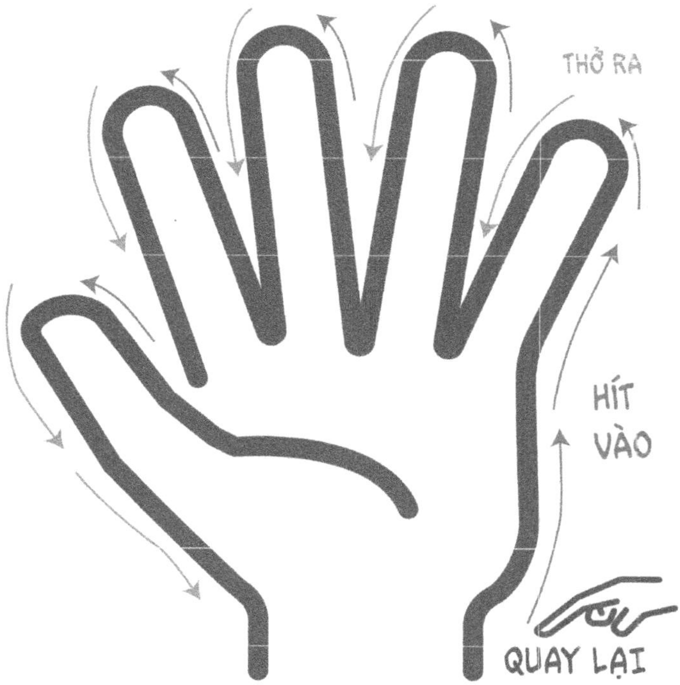

1) Chuẩn bị

Bạn ngồi thoải mái, và xòe bàn tay (không thuận) của bạn ra. Sau đó đặt ngón tay trỏ của tay còn lại (tay thuận) lên cổ tay của tay kia.

2) Thở ngón tay

Ở lượt đi, bạn hít vào, và lướt nhẹ ngón tay trỏ lên phía trên của ngón tay cái tay xòe. Khi thở ra, thì lướt ngón tay trỏ xuống mặt bên kia của ngón cái. Mắt nhìn theo ngón tay trong lúc di chuyển.

Tiếp tục hít vào, lướt nhẹ ngón tay trỏ lên ngón tay kế tiếp (ngón trỏ của tay xòe). Thở ra, lướt nhẹ ngón tay xuống bên kia của ngón tay đó. Làm tương tự như vậy với cho tới ngón tay út, rồi dừng lại ở gần cổ tay phía bên ngón út.

Còn ở lượt về, bạn lướt ngón tay theo chiều ngược lại, từ ngón út tới ngón cái của tay xòe ra. Đi lên hít vào, đi xuống thở ra. Điều quan trọng nhất là sự nhịp nhàng giữa hơi thở và sự di chuyển ngón tay của bạn.

Nếu bạn chưa hình dung được cách làm, bạn có thể quét mã QR hoặc dùng đường link dưới để xem Clip Fususu hướng dẫn bạn thở 5 ngón tay nhé.

https://fususu.com/visa/tho5ngon

3) Kết thúc

Mới đầu, bạn có thể làm khoảng 6 - 8 lượt, hoặc làm cho tới khi cảm thấy tâm trí bình an, còn các ngón tay trở nên thư giãn.

Ở lượt cuối cùng, hãy nhớ nở một nụ cười thật tươi và thầm biết ơn đôi tay, vì đã giúp bạn làm được rất nhiều việc trong suốt những năm vừa qua!

4) Lưu ý

Khi đã quen với bài tập thở 5 ngón tay, bạn hãy bắt đầu để ý cảm giác ở chỗ ngón tay mới lướt qua.

Sau khi lướt qua, chỗ đó có cảm giác thế nào?

Cảm giác đó sau đấy thay đổi ra sao?

Cuối cùng nó biến mất đi như thế nào?

Hãy để ý quá trình biến đổi ấy, cũng như quan sát các cảm giác khi xuất hiện, thói quen này sẽ giúp bạn chuẩn bị cho bước bình tâm ở chương sau.

Bài Tập #3
Lắng Nghe Âm Thanh

Có khi nào bạn dễ dàng bị xao lãng bởi một âm thanh nào đó? Như là tiếng thông báo của App nào đó trên điện thoại chẳng hạn?

Nếu vậy, thì đây có thể là bài tập hữu ích với bạn. Nó không chỉ giúp bạn tăng khả năng lắng nghe, mà còn giúp định tâm trước mọi âm thanh trong cuộc sống.

Bài tập #3
Lắng nghe âm thanh

Hiện tại quanh bạn đang có những âm thanh nào?

Hãy nhắm mắt, chờ đợi, và chỉ mở mắt cho tới khi nhận ra ít nhất 5 loại âm thanh ở xung quanh bạn ngay lúc này, xem bạn có làm được không nhé!

Thế nào?

Khi thực hiện, bạn có thấy thoải mái hơn chút nào không? Thật ra đây cũng là một cách thư giãn, không chỉ giúp lắng dịu tâm trí, mà còn giúp bạn chú tâm vào hiện tại.

1) Chuẩn bị

Hãy tìm cho bạn một không gian riêng, nó không cần quá yên tĩnh, nhưng bạn nên có sự riêng tư để không bị ai làm phiền trong quá trình luyện tập.

Sau đó bạn có thể đặt đồng hồ để báo thời gian

luyện tập. Mới đầu có thể từ 5 - 7 phút, còn khi đã quen bạn có thể tăng lên nhiều hơn 7 - 10, 12 - 15, v.v...

2) Lắng nghe âm thanh

Hãy chọn một tư thế ngồi thoải mái nhất, giữ lưng thẳng, nhắm mắt. Hít vào, thở ra một vài hơi nhẹ nhàng, và để ý từng âm thanh xung quanh bạn.

Đơn giản là ghi nhận sự có mặt của mọi âm thanh mà bạn nghe thấy. Đó có thể là tiếng quạt, tiếng tủ lạnh, tiếng còi xe đằng xa, tiếng gió, hay con gì đó đang kêu?

Nếu không gian đủ yên tĩnh, và bạn đủ chú tâm, thì bạn cũng có thể sẽ nghe được chính những âm thanh từ cơ thể mình đấy: tiếng hơi thở, tiếng tim đập, v.v...

Dù là âm thanh gì, hãy để ý xem nó phát ra từ phía nào, nó bắt đầu ra sao, kết thúc thế nào, hay nếu vẫn còn thì nó có sự thay đổi gì không?

Hãy ghi nhận tất cả các chi tiết ấy.

Trong quá trình để ý âm thanh, tâm trí bạn vẫn sẽ hoạt động, và có thể bắt đầu xuất hiện những suy nghĩ, hình ảnh. Hãy cứ ghi nhận sự có mặt của chúng, và quay trở lại với việc lắng nghe âm thanh.

Nếu tâm trí quá mải mê vào suy nghĩ nào đó, mà không tập trung vào âm thanh, bạn hãy hít thở vài hơi thật sâu. Rồi quay trở lại mục tiêu ban đầu: Lắng nghe âm thanh.

3) Kết thúc

Bạn có thể kết thúc khi hết giờ, hoặc khi cảm thấy tâm mình bình an nhẹ nhõm, hay khi những âm thanh xung quanh tự nhiên trở nên dễ chịu với bạn.

Lúc ấy, hãy nở một nụ cười thật tươi, và thầm biết ơn đôi tai đã giúp bạn nghe biết bao âm thanh trong những năm tháng qua. Có những âm thanh dễ chịu, khó chịu, nhưng dù sao đi nữa, tai bạn vẫn còn hoạt động tốt.

Kết thúc bài tập, bạn có thể tổng kết xem mình đã nghe được bao nhiêu âm thanh xung quanh, đặc biệt là có những âm thanh nào vẫn ở đấy mà bấy lâu nay bạn không để ý hay không?

4) Lưu ý

Bạn có thể biến bài tập này thành một thói quen để thư giãn. Bất cứ khi nào bạn căng thẳng, hãy nhắm mắt lại và chú tâm nhận diện tới các âm thanh ở quanh mình lúc này, càng nhận diện được nhiều âm thanh, tâm trí bạn không chỉ sắc bén hơn, mà bạn sẽ thấy thư thái hơn.

Một mẹo nhỏ khi nghe nhạc, bạn cũng hãy nghe nhiều lần một bài nhạc, và mỗi lần nghe hãy tập trung vào một loại nhạc cụ nào đó nhất định như lần thứ nhất là tiếng Piano, lần thứ hai tiếng trống, lần thứ ba lời bài hát, v.v... Bạn sẽ thấy một bản nhạc hay, thật ra là sự kết hợp của rất nhiều nhạc cụ, và mỗi nhạc cụ lại có một nét riêng.

Khi đã quen và có thể nhận diện được nhiều loại âm thanh tới từ các nguồn bên ngoài, bạn có thể nâng cao hơn bằng cách bắt đầu để ý tới cơ thể mình trong khi lắng nghe.

Âm thanh (mà bạn nghe từ bên ngoài) có tạo ra cảm giác nào trên cơ thể bạn?

Cảm giác đó sau đấy thay đổi ra sao?

Cuối cùng cảm giác ấy biến mất đi như thế nào?

Hãy để ý bất cứ cảm giác nào xuất hiện, thói quen quan sát các cảm giác là một nền tảng quan trọng để chuẩn bị cho bước bình tâm ở những phần sau.

Bài Tập #4
Bước Chân Hiện Tại

Có khi nào bạn cảm thấy mình đang sống quá vội vã?

Đây bài tập rất phù hợp để bạn thưởng thức cuộc sống, và nuôi dưỡng ý thức trong từng chuyển động. Từ đó phát triển sự chú tâm, giảm bớt căng thẳng, lo lắng.

Bài tập #4
Bước chân hiện tại

Sau hơi thở, đôi tay, thì đôi chân cũng là một người bạn quan trọng không thể thiếu với mỗi người. Và cũng là một trợ thủ đắc lực, giúp gia tăng sự chú tâm của bạn đấy!

1) Chuẩn bị

Bạn có thể thực hiện trong nhà hoặc ngoài trời, đảm bảo không gian yên tĩnh, sạch sẽ, thoáng mát, đặc biệt có thể đi chân trần được thì rất tốt.

Đứng vững trên mặt đất, hít thở vài hơi thật sâu để đưa sự chú tâm của mình về hiện tại. Sau đó, bạn bắt đầu ý thức về lòng bàn chân mình, để ý sự xúc chạm với mặt đất.

2) Bước chân hiện tại

Hít vào, từ từ nhấc chân phải lên, tiến về phía trước,

và thở ra trong quá trình chân phải hạ xuống mặt đất, để ý cảm giác khi lòng bàn chân tiếp xúc mặt đất.

Làm tương tự với chân trái, hít vào, nhấc chân trái lên, bước về trước, thở ra, chậm rãi hạ chân xuống, để ý cảm giác lòng bàn chân xúc chạm với mặt đất.

Cứ như vậy, bước từng bước kết hợp nhịp nhàng giữa hơi thở. Hít vào, nhấc chân, thở ra, hạ chân, và để ý sự xúc chạm của lòng bàn chân với mặt đất.

Nếu thi thoảng có những suy nghĩ hay hình ảnh nào xuất hiện trong đầu, bạn có thể dừng lại một lúc, hít thở, và sau đó có thể tiếp tục.

3) Kết thúc

Bạn có thể kết thúc sau khi đã đi được một khoảng cách xác định trước, như một vòng quanh sân rộng, hoặc dùng đồng hồ để hẹn giờ thời gian.

Khi dừng lại, đứng thẳng thật vững chãi. Sau mỗi lần thực hiện, bạn có thể đặt câu hỏi cho bản thân:

Bài tập này dễ hay khó? Bạn cảm thấy thế nào?

Nó có sự khác biệt gì với bước đi thông thường?

Bạn có thể kết hợp giữa hơi thở và bước chân không?

Cuối cùng, hãy mỉm cười thật tươi, thầm cảm

ơn đôi chân vì đã giúp bạn bước đi trên đường đời bao năm qua.

4) Lưu ý

Khi đã quen và có thể kết hợp nhịp nhàng giữa hơi thở và bước chân của bạn, hãy để ý nhiều hơn tới cảm giác trên cơ thể trong quá trình bạn bước đi.

Ban đầu, dễ nhất là bạn để ý cảm giác khi lòng bàn chân chạm mặt đất, sau đó là sự ma sát của quần áo khi bước chân, rồi tới cảm giác khi da chân tiếp xúc với không khí. Bạn cũng có thể thử quan sát sự khác nhau đi khi đi chân trần trên mặt cát, sân gạch, sân đất, sân cỏ, v.v...

Dù bạn làm bài tập nào trong phần này, hãy tập thói quen quan sát các cảm giác trên cơ thể khi xuất hiện, để chuẩn bị nền tảng cho bước bình tâm ở chương sau.

Bài Tập #5
Thưởng Thức Đồ Ăn

Thời cha anh ta, có một bữa ăn đầy đủ đã là cả một niềm hạnh phúc lớn lao. Tuy nhiên, trong cuộc sống hiện đại, khi ăn uống ngày 3 bữa đã trở thành một việc tất yếu, thì sẽ hiếm có người nghĩ mình có thể tìm thấy hạnh phúc ở đó.

Tất nhiên, cảm xúc hạnh phúc khi ăn ở đây khác với cảm giác hưng phấn tức thời khi được thưởng thức những món ngon của lạ. Nếu biết cách ăn, thì bất cứ món nào cũng trở nên ngon miệng, và khiến bạn vui vẻ, nhẹ nhõm.

Bài tập #5
Thưởng thức đồ ăn

Bài tập này sẽ giúp bạn nuôi dưỡng nhận thức về thói quen ăn uống của mình, phát triển sự chú tâm và tận hưởng từng khoảnh khắc hiện tại lúc đang ăn.

1) Chuẩn bị

Để thực hành tốt nhất, bạn nên lựa chọn những loại thực phẩm thanh khiết, tốt cho sức khỏe.

Điểm xuất phát đơn giản mà tốt nhất là những loại hoa quả tươi, hoặc một món ăn tốt cho sức khỏe nào đó được chế biến từ các loại ngũ cốc.

Không gian thực tập cần sạch sẽ, thoáng đãng, yên

tĩnh. Nên chuẩn bị khăn giấy hoặc khăn ướt, nước lọc, và hoạt động này nên thực hiện trong im lặng.

2) Thưởng thức đồ ăn

Bạn hãy ngồi thẳng lưng, hít thở vài hơi thật sâu, chú tâm vào hơi thở. Sau đấy, bạn nhẹ nhàng đặt đồ ăn vào lòng bàn tay, và cảm nhận sự xúc chạm của nó với lòng bàn tay.

Lúc ấy, hãy tâm niệm rằng dù món đồ ăn đó có đơn giản thế nào đi chăng nữa, thì cũng là tặng phẩm của đất trời, mưa, nắng, gió, cũng như tâm sức của bao người làm ra nó, hoặc bạn có thể đọc bài thơ này.

"Biết ơn tặng phẩm đất trời.

Công ơn chế biến, bao người làm nên."

Cho dù món đó có quen thuộc với bạn như thế nào, thì chắc chắn vẫn sẽ có những chi tiết nhỏ khác biệt mà bạn chưa để ý. Hãy quan sát đồ ăn trên tay như thể đây là lần đầu tiên bạn thấy nó.

Nó có những màu sắc nào?

Nó có những hình dáng nào?

Nó có những thành phần nhỏ hơn nào?

Hãy từ từ đưa đồ ăn lên mũi để ngửi mùi hương của nó. Để ý xem mùi vị của nó hôm nay có giống những lần bạn thưởng thức trước đây không?

Khi ăn, hãy nhai thật chậm, và để ý những phản ứng diễn ra trong miệng bạn: nước bọt tiết ra, chuyển động của hàm răng. Nếu được, bạn có thể đếm xem mình nhai bao nhiêu lần thì đồ ăn trở nên nhuyễn trong miệng để nuốt.

Trong quá trình ăn, tâm trí có thể sẽ đi lang thang, suy nghĩ hết chuyện này đến chuyện kia. Lúc ấy, hãy hít thở vài hơi thật sâu, sau đó đưa sự chú tâm của mình trở về với việc thưởng thức đồ ăn.

3) Kết thúc

Sau khi ăn xong, hãy uống một ngụm nước nhỏ, lau miệng, lau tay thật sạch sẽ, rồi nở một nụ cười thật tươi.

Điều quan trọng là bạn hãy thầm biết ơn tạo hóa đã ban cho bạn món đồ ăn này, cũng như những giây phút bình an để thưởng thức nó, hoặc bạn cũng có thể đọc lại bài thơ lúc nãy:

"Biết ơn tặng phẩm đất trời.
Công ơn chế biến, bao người làm nên."

4) Lưu ý

Thời gian đầu bạn nên thực hành một mình như bên trên, sau này khi quen rồi thì có thể thực hành trong những bữa ăn thông thường của mình, và biến việc ăn chậm, nhai kỹ trở thành một bản năng, vì đây cũng là một thói quen cực kỳ tốt cho sức khỏe.

Khi đã quen rồi, bạn hãy để ý những cảm giác xuất hiện khi thức ăn tiếp xúc với lưỡi, đi vào họng, v.v... thói quen quan sát cảm giác sẽ trở thành nền tảng quan trọng cho bước bình tâm ở chương sau.

Bài Tập #6
Chăm Sóc "Ngôi Nhà" Tiền Bạc

Tục ngữ Việt Nam có câu: *Của bền tại người*. Ý nói nếu biết chăm sóc, giữ gìn những vật dụng thì chúng bền lâu hơn. Hay câu: *Nhà sạch thì mát, bát sạch ngon cơm*. Ý nói khi nhà cửa gọn gàng thì sẽ thoải mái hơn, ăn cơm bằng bát đũa sạch, cơm cũng trở nên ngon hơn.

Chiếc ví cũng giống như ngôi nhà của tiền bạc. Ví sạch cũng sẽ khiến tiền bạc thoải mái hơn chăng? Biết đâu khi ví sạch sẽ thì tiền bạc cũng sẽ tới nhiều hơn?

Bài tập #6
Chăm sóc "ngôi nhà" tiền bạc

Việc chăm sóc chiếc ví, hay những đồ vật thân thuộc (và dễ bị lãng quên) cũng là một cách giúp bạn gia tăng sự chú tâm, nuôi dưỡng lòng biết ơn với những gì đang có, và hấp dẫn những điều tốt đẹp mà bạn sắp có.

1) Chuẩn bị

Hầu hết mọi người đều có một chiếc ví xinh xắn. Nó có thể đựng tiền, các loại thẻ và một số giấy tờ tùy thân. Nếu đã lâu rồi bạn không *chăm sóc* nó, thì đây là cơ hội tuyệt vời để thực hành bài tập này.

Hãy đặt chiếc ví của mình trên bàn. Chuẩn bị thêm giấy ướt, giấy khô hoặc khăn xô màu trắng (để không bị loang màu). Một lọ cồn 90 độ và một cuộn băng dính nhỏ. (Nếu bạn không có cồn thì chỉ cần khăn ướt cũng được).

2) Chăm sóc *ngôi nhà* tiền bạc

Hãy ngồi thoải mái, hít thở vài hơi thật sâu. Cầm chiếc ví của bạn trên tay, quan sát chiếc ví thật kỹ lưỡng.

Hãy thử hỏi bản thân:

Chiếc ví này đến với bạn từ khi nào?

Nó có gì khác so với lúc mới mua?

Đã bao lâu bạn chưa vệ sinh nó?

Sau đó đừng quên gửi lời cảm ơn đến chiếc ví, bởi vì nó đã giúp bạn đựng những thứ quan trọng. Đã đến lúc cần phải quan tâm, chăm sóc cho nó.

Bạn nhẹ nhàng lấy toàn bộ tiền bạc, giấy tờ và các vật dụng trong ví ra. Sau đó nhẹ nhàng dốc ngược ví để toàn bộ bụi bẩn được rơi ra ngoài.

Tiếp đến, bạn lấy một đoạn băng dính, nhẹ nhàng dính những bụi bẩn nhỏ còn sót lại ở trong ví. Vừa thực hiện vừa hít thở đều, chú tâm đến từng động tác.

Bạn lấy khăn khô hoặc giấy khô, thấm một chút cồn rồi lau bề mặt ngoài của ví. Sau đó lau đến bên trong ví. Cuối cùng, khi thấy ví đã sạch, bạn lấy khăn khô để lau lại ví một lần cho khỏi ẩm.

Trong quá trình lau, tâm trí có thể đi lang thang. Hãy hít thở vài hơi thật sâu, rồi đưa ý thức của mình trở lại việc chăm sóc chiếc ví toàn tâm toàn ý.

3) Kết thúc

Hãy cầm ví trên tay, ngắm nhìn nó thật kỹ lưỡng. Bạn có thấy điều gì khác lúc trước không?

Giờ đây *ngôi nhà* của tiền bạc đã sạch sẽ hơn, chuẩn bị chào đón tiền và các vật dụng, giấy tờ trở lại.

Nếu còn thời gian, bạn có thể lau những chiếc thẻ nhựa và tiền polime cho sạch sẽ trước khi cất vào ví.

Hãy gửi lời cảm ơn đến ví và những vật dụng bên trong.

"Cảm ơn chiếc ví của ta.

Đựng bao nhiêu thứ, ngôi nhà thơm tho"

4) Lưu ý

Chiếc ví chỉ là một gợi ý để bắt đầu.

Bạn có thể áp dụng bài tập này cho những vật dụng quen thuộc bấy lâu nay, đã giúp bạn rất nhiều nhưng bạn ít khi để ý tới nó:

Nếu bạn hay dùng máy tính, thì đã bao lâu rồi bạn không vệ sinh chuột, bàn phím?

Cái ốp điện thoại của bạn đã ở đó bao lâu rồi? Hãy mở thử nó ra và vệ sinh cả tá bụi trong đó nhé!

Rồi các vật dụng quen thuộc trong cặp của bạn thì sao? Chắc chắn chúng cũng đang rất cần được *chăm sóc*.

Trong quá trình *chăm sóc* chúng, bạn cũng hãy để ý tới những cảm giác khi tay bạn xúc chạm với chúng. Thói quen này là sự chuẩn bị quan trọng cho bước bình tâm ở chương sau.

NHÀ LÀ NƠI HẠNH PHÚC

HƯNG TƯƠI
Sống để yêu thương! ♡

Nếu bước vào căn phòng của tôi ở trước đây, bạn sẽ thấy như một *bãi chiến trường*, đồ đạc lộn xộn lung tung cả. Có những thứ mà chỉ có tôi mới biết là nó ở đâu. Đương nhiên rồi, vì là do tôi cất nó mà!

Tuy nhiên, cũng có lúc tôi tìm hoài mà không thấy thứ cần tìm. Chẳng hạn như cần khâu cái áo bị tuột cúc mà không tìm thấy hộp kim chỉ. Cần sửa cái đèn mà không thấy bút thử điện đâu. Cần tìm cái áo, cái quần mà lục tung tủ quần áo chẳng thấy…

Bạn đã bao giờ ở trong hoàn cảnh như vậy chưa? Nếu bạn đã từng như thế, có thể phản ứng của bạn cũng giống tôi là sự khó chịu, bực mình.

Hồi mới cưới, hai vợ chồng tôi từng có nhiều lần giận nhau chỉ đơn giản là vì nhà cửa bừa bộn, mà đa phần là do tôi đã không để đồ đạc đúng nơi quy ước. Dọn nhà xong cũng chỉ được vài bữa là lại đâu vào đấy. Những căng thẳng về việc nhà cửa ngày càng lớn khi chúng tôi có đứa con đầu tiên. Bởi vì đồ đạc cho một đứa trẻ rất nhiều, từ quần áo mùa hè đến quần áo mùa đông, từ bình sữa, máy hút sữa đến các loại thuốc men. Đặc biệt là những đồ chơi, sách truyện thì đủ các thể loại trên đời.

Lúc con khoảng 2 tuổi, mỗi lần chơi xong là đồ đạc cứ mỗi nơi một góc. Nhiều khi tôi đi làm về đã mệt, thấy nhà cửa bừa bộn lại càng mệt hơn. Tôi có chia sẻ với một số anh chị đồng nghiệp về việc này, có chị nói rằng nhà nào có trẻ con chẳng vậy, mãi rồi quen thôi.

Tôi nghĩ nếu cứ tình trạng này thì không ổn nhưng lại không biết làm thế nào?

Vậy mà bây giờ, ngôi nhà mà hai vợ chồng tôi ở đã trở nên gọn gàng, ngăn nắp hơn rất nhiều. Quan trọng hơn, chúng tôi học được cách biến việc dọn nhà thành một hoạt động thư giãn. Vừa giúp đầu óc thoải mái, vừa giúp ngôi nhà trở nên gọn gàng, sạch sẽ.

(phòng khách)

(phòng ngủ)

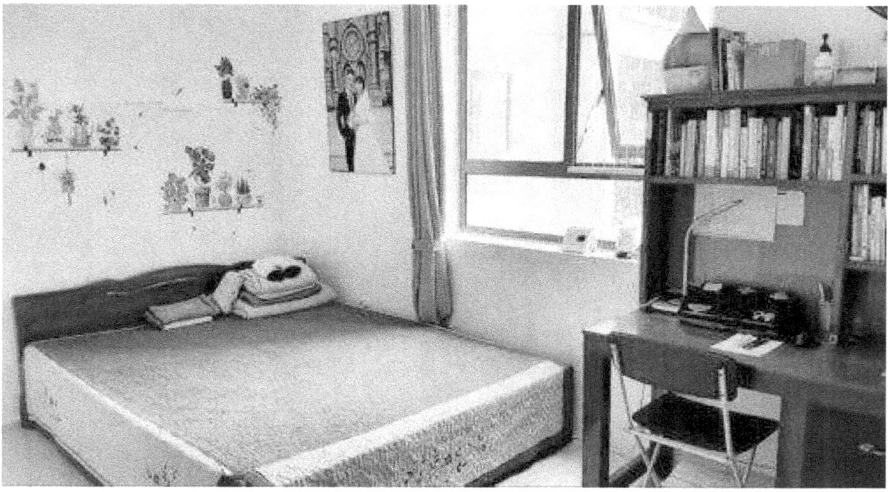

(quần áo của con)

(quần áo hai vợ chồng)

Có phép nào xảy ra vậy, có phải có Ông Bụt hay Bà Tiên nào hiện lên để giúp đỡ chúng tôi không?

Khi viết những dòng này, tôi thầm cảm ơn đến tác giả Marie Kondo. Nữ tác giả người Nhật Bản đã tạo ra một cuộc *cách mạng* về dọn dẹp trên thế giới. Người đã sáng tạo ra phương pháp dọn nhà KonMari. Sau khi vợ chồng tôi xem 8 tập phim của Marie Kondo trên Netflix, chúng tôi đã áp dụng những kiến thức học hỏi được vào chính ngôi nhà của mình.

Phương pháp KonMari lấy cảm hứng từ lối sống tối giản của người Nhật. Mục tiêu của phương pháp là ngôi nhà sau khi dọn dẹp và sắp xếp sẽ có đầy đủ những vật dụng mang lại niềm vui cho gia đình.

Có 6 nguyên tắc để bắt đầu dọn dẹp:

1) Hãy tự mình thu dọn.

2) Hãy tưởng tượng về lối sống lý tưởng của bạn.

3) Hoàn thành việc loại bỏ các vật dụng không cần thiết trước. Trước khi loại bỏ, hãy chân thành cảm ơn mỗi vật dụng vì mục đích phục vụ của nó.

4) Sắp xếp ngăn nắp theo danh mục, không phải theo vị trí.

5) Thực hiện theo đúng trình tự.

6) Hãy tự hỏi bản thân đâu là vật dụng sẽ khơi dậy niềm vui.

Và 5 hạng mục cần sắp xếp:

1) Quần áo

2) Sách

3) Giấy tờ

4) Vật phẩm tình cảm

5) Các vật dụng khác

Tôi vẫn nhớ khoảnh khắc cầm từng đồ vật trên tay, nói lời cảm ơn chúng. Thật sự rất xúc động. Kể cả những đồ vật mà 6 tháng vừa qua không sử dụng, sau khi cảm ơn sẽ là lời tạm biệt chúng. Tôi cảm nhận mình đã biến thành một đứa trẻ, trò chuyện với đồ vật như tâm sự với người bạn của mình.

Chúng tôi đã lọc được hàng trăm quyển sách ít đọc để cho một thư viện, rất nhiều quần áo cũ để quyên góp từ thiện, những đồ chơi con không chơi cho những bạn nhỏ khác.

Ngôi nhà trở thành nơi tạo cảm hứng để làm việc, để nghỉ ngơi. Một không gian thoáng đãng, sạch sẽ và yên bình!

Bài Tập #7
Thư Giãn Toàn Thân

Nếu bạn hay khó ngủ, lo lắng, căng thẳng, thì bài tập này không chỉ giúp bạn có những giây phút thư giãn tuyệt vời, mà còn tăng cường mạnh mẽ khả năng chú tâm.

1) Chuẩn bị

Bạn cần một không gian yên tĩnh để có thể ngả lưng trên nệm, hoặc tốt nhất là thảm Yoga. Chú ý, hãy mặc quần áo thoải mái, không bó sát.

Nếu không gian chưa được yên tĩnh, bạn có thể dùng một bản nhạc không lời nhẹ nhàng, và nên cài đặt báo thức để tránh rơi vào giấc ngủ khi *quá thư giãn*.

2) Thư giãn toàn thân

Hãy nằm xuống, thả lỏng cơ thể, nhắm mắt, hít thở sâu một vài hơi. Trong quá trình hít vào, thở ra, bạn hãy đưa sự chú tâm của mình về từng bộ phận trên cơ thể, và cảm nhận sự có mặt của chúng.

Bạn có thể đi theo thứ tự từ trên xuống: đỉnh đầu, trán, hai mắt, mũi, miệng, hai má, cổ, hai vai, hai cánh tay, hai bàn tay, các ngón tay, ngực, trái tim, bụng, hông, hai bắp đùi, đầu gối, bắp chân, hai bàn chân, các ngón chân, và sau đó, lại đi ngược từ cuối lên.

Khi đến bộ phận nào, hãy thả lỏng bộ phận đó, và có thể thầm nói lời cảm ơn chúng:

Cảm ơn đôi mắt vì đã giúp mình nhìn thấy cuộc sống. Cảm ơn cái miệng vì đã giúp mình nhai nuốt thực phẩm.

Cảm ơn đôi tay vì giúp mình làm mọi việc.Cảm ơn trái tim vì đã ngày đêm đưa máu đi khắp cơ thể.

Cảm ơn dạ dày vì đã ngày đêm co bóp, tiêu hóa thức ăn. Cảm ơn đôi chân vì đã giúp mình đứng vững.

Mỗi khi thấy tâm trí đi lang thang, hãy nhẹ nhàng thở vài hơi mạnh một chút, rồi đưa sự chú tâm của bạn về từng bộ phận của cơ thể.

Hãy thử xem bạn có thể thư giãn từ trên xuống dưới và từ dưới lên trên như vậy trong bao nhiêu lượt.

3) Kết thúc

Khi báo thức reo lên, hoặc khi đã cảm thấy rất thư giãn, bạn có thể hít thở một vài hơi thật sâu, mát xa mặt, rồi từ từ ngồi dậy, vươn vai và nở một nụ cười.

Sau đó bạn có thể suy ngẫm:

Chuyện gì sẽ xảy ra nếu một bộ phận nào đó bị tổn thương?

Có phải dù chỉ là một chiếc răng nhỏ bị đau cũng khiến cả cơ thể ta khó chịu?

Mình đã ăn uống điều độ để cho dạ dày được khỏe mạnh hay chưa?

Mình đã ngủ đủ giấc để cho đôi mắt được nghỉ ngơi chưa?

Mình đã luyện tập thể thao để cho trái tim được khỏe chưa?

Câu hỏi cuối cùng, nếu mình còn không yêu quý bản thân, thì có ai có thể yêu quý mình?

4) Lưu ý

Mục đích của bài tập này là giúp bạn thư giãn, và ý thức những gì đang diễn ra ở các bộ phận trên cơ thể, và thả lỏng chúng. Khi chưa quen, có thể bạn sẽ buồn ngủ.

Lúc đó, hãy hít thở vài hơi thật mạnh để giúp mình tỉnh táo hơn. Còn nếu vẫn cảm thấy quá mệt, thì hãy đơn giản là đi ngủ, và luyện tập vào một lúc khác.

Vì bài tập này rất đặc thù, nên sẽ dễ dàng hơn nếu bạn sử dụng Audio thư giãn mà chúng tôi đã thiết kế. Bạn có thể quét mã QR trong hòm kho báu cuối sách để tải.

FUSUSU® HƯNG TƯƠI Sống để yêu thương!

Hạnh Phúc Nằm Ở Đâu?

Có thể bạn đã nghe nói nhiều về hạnh phúc, bạn biết rõ nó không nằm ở thế giới bên ngoài, mà là thứ gì đó ở bên trong. Nhưng nằm bên trong là nằm cụ thể ở chỗ nào trong chúng ta?

Nếu thực hành định tâm đủ lâu, bạn có thể được trải nghiệm những giây phút bình yên, nhẹ nhõm mà chẳng cần phải có trong tay thành tựu nào, hay phụ thuộc vào một ai đó. Bạn có thể gọi đó là hạnh phúc, nhưng thực ra bạn mới chỉ bước một chân qua cánh cửa hạnh phúc từ tâm mà thôi.

Bạn còn nhớ câu chuyện người đàn ông tới gặp thiền sư để hỏi cách an tâm, và được hỏi là tâm ông ở đâu chứ?

Trạng thái tự nhiên của tâm trí là sự bình an, sở dĩ ta ngày càng đau khổ là do ta đang chú tâm tới những đối tượng ở thế giới bên ngoài, nằm ngoài tầm kiểm soát. Nên khi mọi thứ diễn ra không như ý, tâm trí liên tục lo nghĩ về quá khứ, hoặc tương lai, các nút thắt ngày càng chặt lại, sự căng thẳng ngày càng gia tăng.

Bản chất của những bài tập định tâm là giúp bạn kéo sự chú tâm về hiện tại, vào những đối tượng mà bạn có thể kiểm soát như hơi thở, bước chân v.v... Chúng giống như một căn nhà bình yên, nơi tâm trí có thể quẳng hết gánh lo cuộc sống, và nghỉ ngơi đôi chút.

Tuy nhiên, khi tâm trí ra khỏi ngôi nhà đó để quay trở lại thế giới bên ngoài, để đối diện với những vấn đề đau khổ trước đây, mà nguyên nhân gốc rễ vẫn chưa được giải quyết, thì nó vẫn có thể căng thẳng như trước.

Đi hai chân bao giờ cũng cân bằng và tốt hơn là nhảy lò cò đúng không?

Đó là lý do bạn cần bước thêm một bước nữa, để đặt hẳn hai chân vào con đường này, để vững vàng tiến tới hạnh phúc từ tâm. Hãy sẵn sàng để khám phá bước hai, mà nếu thực hành thuần thục, bạn sẽ dần tháo bỏ các nút thắt trong nội tâm, giải quyết vấn đề tận gốc, và bắt đầu tận hưởng hạnh phúc thực sự.

Bước #2
Bình Tâm

CHUYỆN MỘT CON MA

FUSUSU®

Bạn có sợ ma không?

Tôi có sợ, nhưng không phải Ma cà rồng, cà bông, cà pháo… mà là Ma Ta Tru. Nếu thực hành các bài định tâm, có thể bạn đã được *yết kiến* con ma này nhiều lần rồi.

Đó chính là lúc bạn xao lãng, tâm trí lang thang ra khỏi mục tiêu ban đầu là chú tâm vào hơi thở, hay một đối tượng nào đó.

Ma Ta Tru là gì?

Đó là Mất Tập Trung.

Ma Ta Tru không phân biệt giới tính, tuổi tác, trình độ. Ai cũng có thể bị nó bắt cóc, bất cứ lúc nào, bất cứ nơi đâu. Dù bạn đang làm việc, đang thả hồn trong phòng tắm, hay thậm chí đang rèn luyện khả năng chú tâm, Ma Ta Tru cũng có thể dẫn dắt bạn tới mọi miền cực lạc (hoặc là cực khổ), và khiến bạn quên đi mục tiêu ban đầu.

Ma Ta Tru không chỉ đánh cắp thời gian vàng ngọc, mà còn tước đi ước mơ, hạnh phúc của rất nhiều người. Vì nó, mà nhiều người tới tận cuối đời mới nhận ra mình vẫn chưa làm được những thứ họ thực sự cần làm.

Bản chất Ma Ta Tru là gì?

Hãy hình dung bạn đang chú tâm làm gì đó. Một tin nhắn từ Smartphone xuất hiện. Bạn định không xem đâu, nhưng một ý tưởng chợt nảy ra, mất 5 giây thôi mà. Và ôi thôi, hết 5 giây này tới 5 giây khác, rồi 50 phút…

Bạn đã bị Ma Ta Tru *tóm cổ*!

Rồi trong quá trình thực hành định tâm, bạn chú tâm vào việc đếm hơi thở. Ngồi một lúc thì không sao, nhưng càng ngồi lâu, bạn càng dễ bị xao nhãng. Có khi là do cơn tê chân, mỏi lưng, có khi là cảm xúc bồn chồn, sốt ruột. Tâm trí bắt đầu suy nghĩ hết chuyện này đến chuyện kia.

Tâm trí bạn đã bị Ma Ta Tru *bắt cóc*!

Sở dĩ có hiện tượng này là do thói quen phản ứng *quá nhanh quá nguy hiểm* của tâm trí với những đối tượng của nó. Thói quen này càng ăn sâu bám rễ, thì Ma Ta Tru càng đầy sức mạnh.

Tại sao tâm trí lại có thói quen này?

Là do bạn đã tự rèn luyện từ bé.

Tại sao lại như vậy?

Bạn còn nhớ 4 bước phản ứng của tâm trí chứ?

Khi cơn ngứa đầu xuất hiện, ngay khi nhận biết được nó, tâm trí sẽ đánh giá ngay đó là cảm giác không dễ chịu, cảm xúc bức bối xuất hiện, thúc đẩy người ta phản ứng bằng cách gãi. Một lúc sau, lại ngứa, người ta lại phản ứng, lại gãi. Cứ thế, gãi, gãi không ngừng, gãi cả ngày, gãi tới mức hói cả đầu mà không hề biết một sự thật:

Nếu bạn cứ mặc kệ cơn ngứa, nó sẽ tự hết (hoặc là chuyển sang ngứa chỗ khác).

Luật tự nhiên là thế, khi một cảm giác trên cơ thể

xuất hiện, cho dù là dễ chịu hay khó chịu, thì sau một thời gian cũng sẽ biến mất, hoặc thay đổi. Nhưng do không biết, nên người ta cứ phản ứng. Nếu cảm giác dễ chịu, tâm trí sẽ phản ứng bằng sự thích thú, người ta muốn có thêm. Ngược lại, cảm giác khó chịu, thì người ta muốn xua đuổi.

Nếu không có sự luyện tập, tâm trí sẽ phản ứng theo bản năng, và bạn cứ thế vô tình tiếp thêm sức mạnh cho Ma Ta Tru. Đây chính là lý do mà trong bất cứ bài tập nào ở phần định tâm, chúng tôi hướng bạn tới rèn luyện kỹ năng nhận biết các cảm giác.

Không chỉ là những cảm giác trên cơ thể, những ý tưởng trong tâm trí bạn cũng vậy. Khi đang chú tâm vào việc gì đó, chợt một hình ảnh hiện ra. Nếu đó là hình ảnh thú vị, tâm trí sẽ thích thú, và cứ thế mơ mộng cả ngày. Còn nếu nó mang lại cảm giác khó chịu, tâm trí có thể ngụp lặn trong đau khổ cả đêm.

Luật tự nhiên là thế, khi một ý tưởng, một hình ảnh, một suy nghĩ xuất hiện, mà bạn không phản ứng, thì sớm hay muộn chúng sẽ tan biến.

Nhưng một phần là không biết, và phần lớn là do thói quen phản ứng, người ta cứ chạy theo một suy nghĩ nào đó hoặc xua đuổi chúng. Khổ cái là càng đuổi nó càng tới, càng chạy theo thì nó chạy càng nhanh, và chuỗi phản ứng cứ thế tiếp tục, khiến cho tâm trí ngày càng yếu đuối và dễ dàng bị Ma Ta Tru điều khiển.

Giống như một con khỉ, tâm trí nhảy hết từ cành này qua cành khác để *trốn khổ tìm vui*, và cứ thế nhảy mãi không ngừng cho tới khi kiệt sức. Sự yên ổn là nền tảng của mọi hạnh phúc, và làm sao bạn có thể yên ổn, với một tâm trí dễ bị dụ dỗ, chẳng bao giờ ngồi yên được một chỗ?

Do đó, việc ý thức được các cảm giác xuất hiện trên cơ thể rất quan trọng, nó chính là mấu chốt của việc làm bạn cảm xúc.

Thông qua việc định tâm, khả năng chú tâm của bạn có thể tăng lên, nhưng nếu bạn không đi sâu hơn để nhận diện 4 bước phản ứng của tâm trí, cũng như gia tăng khả năng nhận biết cảm giác, thì thói quen phản ứng vẫn còn rất mạnh mẽ. Khi nguyên nhân gốc rễ ấy vẫn còn, Ma Ta Tru vẫn còn sức mạnh, và bạn sẽ khó mà tiến xa trên con đường hạnh phúc từ tâm.

Đó cũng là lý do nhiều người sau khi quyết tâm thay đổi, chinh phục mục tiêu nào đó, nhưng chỉ được vài bữa. Khi nguyên nhân gốc rễ chưa được giải quyết, khi thói quen phản ứng vẫn còn, tâm trí sẽ dễ dàng bị dụ dỗ, thì đi lạc là tất yếu, việc bị chi phối bởi cảm xúc là dễ hiểu, và hạnh phúc từ tâm vẫn còn xa lắm.

Chính vì thế, việc giữ bình tâm với các cảm giác rất quan trọng, nhưng thường lại ít được để ý. Vì nếu có ai đó nói rằng cách đơn giản để giải quyết hầu hết mọi rắc rối và hạnh phúc hơn, là bạn chỉ cần ngồi một chỗ, tập quan sát các cảm giác trên cơ thể như cơn ngứa, hay giọt mồ hôi lăn trên má, mà không phản ứng. Bạn có tin không?

Thật khó tin phải không?

Để đạt được trạng thái hạnh phúc cao siêu, người ta thường nghĩ chắc là phải có một học thuyết cao siêu, hay một kỹ thuật huyền bí nào đó, chứ không thể đơn giản như thế này được, phải không?

Ấy thế, mà tôi đã được trải nghiệm nó đấy.

Một bài học nhớ đời, đã giúp tôi sống đơn giản giữa đời phức tạp, và tiếp tục bước đi trên con đường này.

Còn nhớ sau khóa Vipassana đầu tiên, trên đường từ sân bay về nhà, tôi đã gặp sự cố nhỏ. Thay vì làm theo lời dặn của bố, đi taxi sân bay vài chục nghìn đồng, tôi đã bước nhầm lên taxi khác và mất 400k!

Ngay khi về nhà, bố đã chào đón bằng một màn chửi mắng té tát. "Sao ngu thế con?"

Bình thường thì có lẽ tôi đã cãi lại, thanh minh… Nhưng không, tôi đã nhớ lại những gì được luyện tập. Tôi để ý cảm giác, và không phản ứng. Lúc ấy, tôi đã quan sát được toàn bộ quá trình: âm thanh *Ngu* phát ra từ miệng bố tôi, vang ra dội vào tường, xuyên qua người tôi, và tạo ra những rung động trên cơ thể. Đó là khoảnh khắc bình an nhất đời tôi, vì chỉ trong có 1 phút thôi, mà tôi đếm được... 7 từ ngu!

Sau đó, tôi cười và đáp, "Con ngu thật mà!"

Đó là từ ngu số 8, và cuộc cãi vã kết thúc trước khi nó bắt đầu.

Từ ấy, khi đối mặt với bất cứ hoàn cảnh không như ý nào, tôi luôn cố gắng giữ sự bình tâm của mình trước những cảm giác xuất hiện. Nhờ thế, tôi có thể giữ vững cảm xúc tích cực trong mình, và cứ thế tiến tới mọi mục tiêu mình đề ra.

Tôi làm được, bạn cũng sẽ làm được.

Các thí nghiệm và bài tập dưới đây sẽ từng bước giúp bạn rèn luyện khả năng thú vị này. Từ đó, bạn sẽ có khả năng làm bạn với bất cứ cảm xúc nào, ở mức độ rất sâu, và không để chúng chi phối nữa. Đồng thời, bạn cũng sẽ nhận ra hạnh phúc luôn có ở đó, chỉ là đang bị che lấp bởi thói quen phản ứng mà thôi.

FUSUSU® HƯNG TƯƠI
Sống để yêu thương! ♡

Thí Nghiệm #1
Cảm Nhận Sự Chú Tâm

Tin buồn, chú tâm là một thứ khá trừu tượng, vô hình, không nhìn thấy bằng mắt, không nắm được bằng tay, song bạn có thể cảm nhận được nó. Nếu kiên trì thực hiện các bài tập ở phần định tâm, thì khả năng tập trung, sự chú tâm của bạn chắc chắn đã được cải thiện phần nào.

Vậy bản chất sự chú tâm này là gì?

Hãy cùng khám phá!

Ngay bây giờ, hãy véo tay trái của bạn thật mạnh, và để thật ý kĩ cơn đau đó, từ lúc nó nhói lên, biến đổi, cho tới lúc tan biến. Nếu khi thực hiện, bạn không hề nghĩ về thứ gì khác ngoài cơn đau thì có nghĩa là bạn đang chú tâm tới cảm giác do cơn đau tạo ra. Hãy cảm nhận sự chú tâm ấy thông qua các cảm giác xuất hiện.

Thí nghiệm này giúp bạn quan sát được quá trình chú tâm của mình, quá trình mà tâm trí của bạn hoàn toàn chú ý vào một đối tượng, mà thật ra là đang phản ứng với một cảm giác nào đó, do đối tượng ấy tạo ra. Có cảm nhận được sự chú tâm, bạn mới để ý được khi nào mình xao nhãng, hay đánh mất sự bình tâm. Nhiều người không tập trung, không giữ được bình tĩnh, đơn giản là tâm trí họ đã bị cảm xúc cuốn phăng đi lúc nào không hay.

Hãy tiếp tục thực hiện thí nghiệm này với tay phải, chân trái, chân phải vài lần, cho tới khi bạn có thể cảm nhận rõ ba giai đoạn của cơn đau, và thật ra cũng là ba giai đoạn của bất cứ cảm giác nào:

1) Sinh ra.

2) Thay đổi.

3) Biến mất.

Lúc ấy, bạn đã sẵn sàng cho thí nghiệm thú vị tiếp theo, và có thể khó hơn một chút.

FUSUSU® HƯNG TƯƠI
Sống để yêu thương!

Thí Nghiệm #2
Điều Khiển Sự Chú Tâm

Bây giờ, hãy nhìn vào lòng bàn tay trái của bạn, và để ý thật kỹ xem đang có cảm giác gì ở đó. Nóng, lạnh, ngứa… dù là cảm giác gì hãy cứ kệ. Rồi bạn hãy nhắm mắt lại, vẫn tập trung để ý bàn tay trái, xem có cảm nhận được cảm giác nào khác không: tê tê, mạch đập, tiếp xúc với không khí…

Tiếp đến, bạn hãy thực hiện tương tự với bàn tay phải, chân trái, chân phải, nhưng không cần nhìn nữa. Đơn giản là nhắm mắt, để ý kĩ các cảm giác phát sinh ở những nơi ấy. Hãy làm đi làm lại vài lần, cho tới khi bạn nhận ra một điều thú vị: Chú tâm tới chỗ nào, cảm giác chỗ đó trở nên rõ ràng. Lúc này, sự tập trung của bạn đã trở nên tinh tế hơn.

Ví dụ, bình thường bạn chẳng bao giờ để ý tới những sự xúc chạm giữa quần áo với làn da mình ở đùi bên phải, thì bây giờ bạn bắt đầu để ý được chúng. Hoặc bình thường bạn ít khi để ý được có làn gió nhẹ trong không khí liên tục chạm vào tay, vào chân bạn, thì bây giờ bạn đã để ý được nó. Khi ấy, bạn đã sẵn sàng cho thí nghiệm #3.

FUSUSU® HƯNG TƯƠI Sống để yêu thương!

Thí Nghiệm #3 Bình Tâm Trước Mọi Cảm Giác

Nếu như việc chú tâm tới cảm giác ở tay, chân… giúp bạn cảm nhận được sự chú tâm hay quá trình tập trung của mình, thì để bình tâm trước sức mạnh vô biên của Ma Ta Tru, bạn cần luyện tập để tâm trí mình ở yên một chỗ, càng lâu càng tốt. Đặc biệt, là dù cho có thấy cảm giác gì xuất hiện, cũng bình thản, không phản ứng.

Nghe có vẻ đơn giản, nhưng không dễ.

Bạn cứ thử nhắm mắt, ngồi yên, thì thường sau vài phút (thậm chí vài giây), Ma Ta Tru sẽ xuất hiện, với biểu hiện là các suy nghĩ kiểu như "Ủa, mình đang làm gì vậy?" hoặc "Sao không thấy Ma Ta Tru xuất hiện nhỉ?"

Đó mới chỉ là màn khởi động thôi. Sau đó là, tâm trí bạn sẽ bị cuốn đi bởi vô số hình ảnh, suy nghĩ... cho tới mãi sau bạn mới nhận ra, "Ủa, mình mất tập trung từ lúc nào vậy?" hoặc hoành tráng nữa là bạn sẽ gặp một ông trùm khác là Bi Nu Ga, tạm dịch là Bị Ngủ Gật.

Giữ bình tâm trước những cảm giác trên cơ thể là điều không dễ, vì phản ứng với chúng đã là thói quen ăn sâu bám rễ từ khi bé thơ.

Ý thức mọi cảm giác đang diễn ra trên cơ thể, và giữ sự bình thản, không phản ứng trước chúng. Một kỹ năng có thể mô tả trong một câu, nhưng lại là một chặng đường dài mà bản thân tôi cũng đang bước đi.

Nếu bạn biến được nó trở thành thói quen hằng ngày, dần dần bạn sẽ làm chủ kỹ năng này, và tâm trí bạn sẽ ở một *đẳng cấp* hoàn toàn mới, bạn sẽ ngày càng dễ dàng cảm nhận được sự bình an, hạnh phúc vốn đang hiện diện trong từng khoảnh khắc, mà không cần phải có bất cứ một điều kiện gì khác.

Tuy thế, việc quan sát bất cứ cảm giác nào xuất hiện một cách ngẫu nhiên trên cơ thể, không theo một trật tự nào cả cũng không hẳn là tốt, vì như thế bạn rất dễ luyện cho tâm trí thói quen phản ứng ngay với các cảm giác nổi trội mới xuất hiện, mà không để ý được các cảm giác tinh tế, ẩn sâu dưới nhiều cảm xúc khác nhau.

Chính vì thế, ba hoạt động bên trên chỉ là các thí nghiệm để giúp bạn hiểu rõ hơn về khả năng chú tâm, và nhận diện một số cảm giác nổi trội. Còn để luyện tập cho mình sự bình tâm, bạn cần thực hiện bài tập sau đây hàng ngày, ngay sau các bài tập định tâm.

BÀI TẬP HÀNG NGÀY: VÙNG TAM GIÁC

Một lưu ý là bạn có thể thấy bài tập này giống thiền này thiền kia, cho dù bạn gọi tên nó thế nào, thì cũng không quan trọng. Vì đối với tôi, đây là một phương pháp rất đơn giản mà khoa học, giúp bạn làm chủ tâm trí, ai cũng có thể rèn luyện.

1) CHUẨN BỊ

Bạn cần một không gian kín và yên tĩnh, tốt nhất là một góc nào đó trong phòng riêng của bạn. Và để tạo kích hoạt hình thành thói quen, bạn nên dành riêng vị trí ấy để thực hiện bài tập này mà thôi.

Hãy đặt đồng hồ báo kết thúc bài tập, tùy theo thời gian mà bạn có. Mới đầu, bạn nên tập trong khoảng 5 - 10 phút, sau này khi đã vững vàng thì có thể tăng dần thời lượng lên 15, 30, 45, tối đa là 60 phút.

2) Vùng tam giác

Hãy chọn một tư thế ngồi mà bạn cảm thấy thoải mái nhất, điều quan trọng là giữ lưng thẳng, và cố gắng giữ nguyên tư thế ngồi đó, KHÔNG thay đổi, KHÔNG nhúc nhích cho tới lúc kết thúc bài tập. Lưu ý là ngứa cũng không gãi, vì gãi cũng là một dạng phản ứng.

Bạn bắt đầu bằng việc nhắm mắt, hít thở một vài hơi thật sâu, điều khiển sự chú tâm của bạn vào vùng mũi và quan sát hơi thở giống như các bài tập định tâm. Khi cảm thấy tâm đã định, bạn bắt đầu hít thở một cách tự nhiên, và đặt sự chú tâm vào vùng tam giác ở trước mũi, với đỉnh là điểm giữa hai mắt, còn đáy là môi trên như hình vẽ.

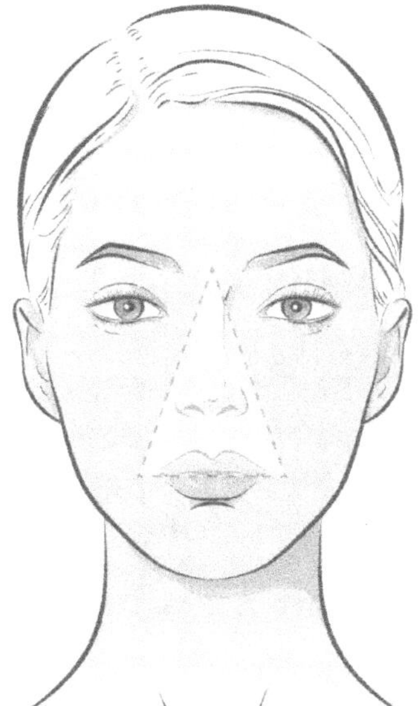

Trong khi nhắm mắt, hít thở một cách tự nhiên, hãy để ý mọi cảm giác xuất hiện ở vùng này. Cảm giác ở đây là mọi thứ xuất hiện trên bề mặt da, có thể là nóng, lạnh, ngứa ngáy, tê tê, hoặc... không có gì cả. Mà thực ra, lúc nào cũng sẽ có một cảm giác gì đó, chỉ là bạn có đủ bình tâm để nhận diện ra chúng hay không mà thôi.

Điều quan trọng nhất là cho dù có cảm giác gì xuất hiện, thì bạn cũng KHÔNG phản ứng (ngứa cũng không gãi), chỉ quan sát mà thôi. Cố gắng giữ nguyên tư thế ngồi, để ý xem các cảm giác xuất hiện ấy sinh ra, thay đổi, biến mất như thế nào.

Vùng tam giác quanh mũi lúc này giống như một căn nhà bình yên của tâm trí, cảm giác xuất hiện ở những chỗ khác trên cơ thể là những người bạn tới bên hàng rào, í ới gọi tâm trí đi chơi. Khi bạn rèn luyện cho tâm trí mình ở yên một chỗ, không phản ứng với những lời mời gọi hấp dẫn như vậy, thì sớm muộn họ cũng sẽ phải bỏ đi, và sự bình tâm của bạn sẽ ngày càng tăng trưởng.

3) Kết thúc

Bạn có thể kết thúc khi đồng hồ báo, hãy hít thở sâu vài hơi, rồi từ từ mở mắt. Bạn không nên đứng dậy ngay, mà cứ ngồi đó, thư giãn chân tay.

4) Lưu ý

Trong quá trình quan sát cảm giác ở vùng tam giác quanh mũi, chắc chắn sẽ có một vài cảm giác ở các vùng khác trên cơ thể xuất hiện, tê chân, mỏi lưng, ngứa ngáy chỗ này chỗ kia. Lúc đó, hãy nhớ tới mục tiêu ban đầu, giữ tâm bình thản, quan sát chỉ vùng tam giác mà thôi.

Tuyệt đối KHÔNG thực hiện bài tập này ở ngoài trời, vì một phần là sẽ có nhiều âm thanh khác nhau rất dễ làm tâm trí xáo động. Điều quan trọng hơn là sự tiếp xúc của gió trời với cơ thể sẽ làm bạn rất khó để có thể quan sát được các cảm giác tinh tế.

Thời gian đầu bạn có thể tập 5 - 10 phút, sau có thể tăng lên 10 - 15, 20 - 30, thậm chí 30 - 45, bạn ngồi được càng lâu càng tốt, song không nên quá 60 phút, vì có thể gây ra căng thẳng không cần thiết.

Bên cạnh việc dành thời gian cố định hàng ngày để luyện tập, hoặc gắn liền với một thói quen nào đó (cá nhân tôi cứ đi tắm xong là thực hiện), thì bạn cũng có thể luyện thêm mọi lúc mọi nơi bằng thói quen thú vị dưới đây.

THÓI QUEN ĐẶC BIỆT: QUAN SÁT CƠN NGỨA

Khi ngứa bạn làm gì?

Nếu bạn gãi, thì đó là một phản ứng rất bình thường. Tuy thế, hãy nhớ bản chất cơn ngứa cũng là một cảm giác xuất hiện, nếu bạn gãi một cách vô thức, thì bạn đã *nhảy cóc* tới bước cuối trong quy trình 4 bước phản ứng rồi, bạn bị Ma Ta Tru *bắt cóc* mất rồi.

Khi cơn ngứa đến, hãy nhớ rằng đó là một cơ hội trời cho để bạn luyện tập sự bình tâm. Thay vì ngay lập tức gãi (để rồi ngứa tiếp), hãy bình tĩnh quan sát vùng đang ngứa.

Nếu không có con gì cắn, thì nó cũng chỉ là một cảm giác nào đó mà thôi. Hãy đưa sự chú tâm tới vùng tam giác quanh mũi, đồng thời để ý sự thay đổi, biến mất của cơn ngứa. Còn trong trường hợp bạn quá ngứa không chịu nổi, thì cũng đừng gãi, mà bạn hãy làm dịu cơn ngứa bằng cách xoa nhẹ vùng bị ngứa, cảm giác sẽ rất khác.

Nói chung, đừng coi cơn ngứa là kẻ thù khiến bạn khó chịu, mà hãy coi đó là cơ hội để quay trở về hiện tại, và luyện tập sự bình tâm. Hãy cứ kiên trì với bài tập độc đáo này hằng ngày, và chắc chắn, bạn sẽ cảm nhận được hạnh phúc từ tâm!

Nghe thật khôi hài phải không?

Quan sát cảm giác nói chung, hay cơn ngứa nói riêng sẽ giúp bạn hạnh phúc ư?

Nói thật là nếu bạn hỏi, thì tôi khó mà đưa ra bằng chứng khoa học nào về việc này, mà tất cả đều là những kinh nghiệm thực chứng. Nhiều vị thầy đi trước đã trải qua, chỉ lại cho tôi, tôi cũng đã trải qua, giờ chia sẻ lại cho bạn.

Mà kể cả có bằng chứng khoa học thì cũng để làm gì? Liệu bạn có tin theo và biến nó thành thói quen và gặt hái thành quả trong thực tế hay không?

Cách tốt nhất là bạn hãy luyện tập, và tự kiểm chứng.

Khi làm vậy và thấy kết quả, bạn sẽ có cảm hứng duy trì nó trở thành thói quen và cải thiện cuộc sống của bạn. Điều đó sẽ tốt hơn nhiều lần so với việc nghe ai đó dùng bằng chứng khoa học để thuyết phục, bạn gật đầu lúc đó, nhưng rồi mấy hôm sau lại quên bẵng mất.

Tôi thì có một suy nghĩ đơn giản là nếu bạn không thể giữ được sự bình yên trước một cơn ngứa *xoàng xĩnh* như vậy, thì bạn làm sao có thể giữ bình tâm trước những khó khăn trong đời, luôn rình rập để tìm cách *bắt cóc* hạnh phúc của bạn?

Mục đích của chúng ta khi luyện bình tâm, là giữ được sự bình thản trước mọi cảm giác xuất hiện (bao gồm cả cơn ngứa). Mỗi một cơn ngứa đến cũng giống như một *bài kiểm tra* xem sự bình thản của bạn đến đâu.

Tất nhiên đã là bài kiểm tra, thì sẽ có bài khó, có bài dễ. Có những cơn ngứa khi bạn bình thản, chúng qua đi rất nhanh, song cũng có những cơn ngứa dai dẳng, và có vẻ như quá thực lực chịu đựng của bạn hiện tại, thì hãy cứ vui vẻ chấp nhận rằng trạng thái bình thản của mình mới tới mức đó, hãy cứ vui vẻ và *vuốt ve* cơn ngứa, và thầm nhắc bản thân: Lần tới mình sẽ chăm chỉ luyện tập, để nâng cao thực lực hơn nữa, và có thể *thách thức* mọi cơn ngứa xuất hiện.

Rồi Cũng Sẽ Qua

FUSUSU®

Chuyện kể rằng, một ngày nọ, sau khi vua Salomon thua một ván cờ với vị cận thần thân tín của mình, Benaiah. Ngài định làm Benaiah bẽ mặt trong ngày lễ Sukkot, nên gọi Benaiah lại và giao cho ông một thử thách.

"Này Benaiah," vua nói. "Hãy đi tìm cho ta một thứ gì đó có sức mạnh diệu kỳ. Ai đang vui nhìn vào sẽ thấy buồn, và nếu ai đang buồn nhìn vào nó sẽ thấy vui."

Benaiah chẳng còn biết làm gì khác ngoài việc tuân lệnh. Mùa xuân qua, mùa hạ đến, Benaiah vẫn chưa sao tìm được thứ gì như vậy. Vào đêm trước ngày lễ Sukkot, ông đi ngang qua một người bán hàng rong đang bày những món đồ của mình ra bạt.

"Này anh," Benaiah dừng chân lại và hỏi, "anh có thứ gì kỳ diệu tới mức làm cho người hạnh phúc thấy nó thì quên đi niềm vui sướng, còn người đau khổ thì quên đi nỗi buồn không?"

Người bán hàng lấy từ tấm bạt lên một chiếc vòng giản dị có khắc một dòng chữ. Khi Benaiah đọc dòng chữ trên chiếc đó, ông nở một nụ cười rạng rỡ. Đêm đó, toàn thành phố hân hoan, tưng bừng đón mừng lễ hội Sukkot.

"Nào, ông bạn của ta," vua Salomon nói. "Ông đã tìm thấy điều ta yêu cầu chưa?"

Tất cả những cận thần đều cười lớn và cả chính vua Salomon cũng cười. Trước sự ngạc nhiên của mọi người, Benaiah đưa chiếc vòng ra.

"Nó đây thưa đức vua," Benaiah tự tin nói.

Khi vua Salomon đọc dòng chữ, nụ cười sung sướng lập tức biến mất trên khuôn mặt của ngài. Ngài chuyền chiếc vòng cho các cận thần khác.

Ai đang cười, đọc xong dòng chữ ấy, cũng im bặt.

Trên chiếc vòng khắc dòng chữ: Điều này rồi cũng sẽ qua!

Một câu chuyện đơn giản, mà nói lên một chân lý sâu sắc: Chẳng có gì tồn tại mãi.

Giàu sang phú quý tới mấy, rồi cũng sẽ qua.

Khó khăn nghèo khổ tới mấy, rồi cũng sẽ qua.

Nỗi buồn não nề tới mấy, rồi cũng sẽ qua.

Niềm vui dù lớn đến mấy, rồi cũng sẽ qua.

Mọi cảm xúc, dù có chi phối bạn thế nào, rồi cũng sẽ qua.

Mọi cảm giác, dù có thế nào, rồi cũng sẽ qua.

Khi nhận thức được mọi thứ rồi cũng sẽ qua, người ta sẽ luôn tỉnh thức, luôn tập trung vào hiện tại. Nơi họ có thể hành động, để đem lại những kết quả tích cực.

Nếu đang trong một hoàn cảnh khó khăn nào đó, và bạn tự nhắc mình *rồi cũng sẽ qua*, tâm trí sẽ bình thản hơn, sáng suốt hơn, từ đó tìm ra cách vượt qua khó khăn.

Nếu đang trong hoàn cảnh sung sướng thuận lợi, mà bạn tự nhắc mình *rồi cũng sẽ qua*, tâm trí sẽ cân bằng trở lại, biết tận hưởng mà không vướng mắc. Để khi khoảnh khắc ấy qua đi, bạn vẫn sẽ lạc quan, vui vẻ.

Nói thì dễ, làm tất nhiên sẽ khác. Phải khi gặp hoàn cảnh thực tế, bạn mới biết *trình độ* bình tâm của mình đang ở mức nào. Đó là lý do bạn cần tập luyện sự bình tâm bằng cách quan sát những cảm giác xuất hiện, với tâm niệm rằng mọi thứ rồi cũng sẽ qua, dù chúng có cứng đầu tới mấy.

Cảm giác giống như cơn sóng, có sóng to, có sóng nhỏ, sóng to hay nhỏ thì cũng đều là sóng. Dù cảm giác là dễ chịu hay khó chịu, thì cũng chỉ là cảm giác. Điều quan trọng nhất là bạn giữ cho tâm mình ở yên vùng mũi, và hoàn toàn bình thản, đừng để bị những đợt sóng đó kéo bạn ra tít ngoài đại dương của Ma Ta Tru.

Khi cơn sóng to tới, một cảm giác đau nhức, khó chịu xuất hiện. Nó có sức mạnh ghê gớm, nó quật ngã bạn, tâm trí phản ứng bằng sự bực bội, và quên mất mục tiêu ban đầu là tập trung vùng mũi. Lúc ấy, bạn lại càng phải tập trung vào vùng mũi, giữ tâm bình thản, và không phản ứng với mọi cảm giác xuất hiện trên cơ thể.

Khi biển lặng, sóng nhỏ, gió mát, bạn cảm nhận được sự dễ chịu hay phiêu phiêu nào đó. Bạn bắt đầu lơ là sự tập trung, những ý tưởng kiểu thế này sẽ xuất hiện, "Ồ, cảm giác này hay quá... tôi muốn có nữa, tôi muốn mãi mãi như thế..." và khi không còn cảm giác ấy nữa, bạn lại khổ sở và bị Ma Ta Tru bắt.

Sự thật là chẳng có gì tồn tại mãi. Sóng to, hay sóng nhỏ lao vào bờ rồi cũng phải rút đi. Cảm giác khó chịu, dễ chịu tấn công bạn, nếu bạn bình tâm, bạn vẫn sẽ ở lại trên bờ. Còn nếu bạn ham hố tắm biển, thì tất nhiên sẽ bị Ma Ta Tru lôi ra ngoài hoang đảo của nó.

Do vậy, hãy luôn tâm niệm 4 chữ vàng này:

Rồi Cũng Sẽ Qua!

Để hỗ trợ bạn thực hành hiệu quả, chúng tôi có thiết kế một bộ Audio đặc biệt để hướng dẫn, và giúp bạn duy trì thói quen rèn luyện tâm trí mỗi ngày. Hãy cứ đọc tới cuối sách, và quét mã QR để nhận món quà đặc biệt này. Kiên trì tiến bước với phương pháp đúng đắn, chắc chắn bạn sẽ hạnh phúc trên con đường mình đi.

Một câu hỏi lúc này, bước tiếp theo là gì?

Bước #3
Phát Tâm

Gia Vị Cuộc Sống

HƯNG TƯƠI
Sống để yêu thương! ♡

Nếu cuộc sống là một bữa tiệc, thì có một loại gia vị giúp nó trở nên tuyệt vời hơn, ai cũng có, nhưng càng ngày họ càng lãng quên nó. Đó là những nụ cười rạng rỡ, những ánh mắt thân thương, đặc biệt hơn là khi nó được trao gửi từ những người hoàn toàn xa lạ.

Tôi còn nhớ mãi ngày 24 tháng 11 năm 2015, trong một quán cafe ở Hà Nội. Với một gói kẹo, và một xấp tấm ảnh câu nói ý nghĩa, chúng tôi gồm 5 người bạn, dẫn đầu bởi trưởng nhóm là bé Hà Vi, đi đến từng bàn trong một quán cà phê để trao tặng những món quà miễn phí.

Lúc đầu thì ai cũng có vẻ hơi ngượng ngùng, kể cả bản thân tôi cũng lúng túng. Nhưng rồi mọi chuyện cũng ổn khi những nụ cười trên môi mọi người bắt đầu xuất hiện, và ai cũng đã có những khoảnh khắc thật đáng nhớ.

Khi bé Hà Vi bắt chuyện với một bạn nữ đang ngồi học bài. Bạn ấy có vẻ lúng túng, muốn nói điều gì đó mà cứ ấp úng. Hóa ra đó là một du học sinh Trung Quốc. Có lẽ nhờ nụ cười của Hà Vi, cô gái đó đã hiểu điều chúng tôi đang làm và xin được chụp ảnh với Hà Vi.

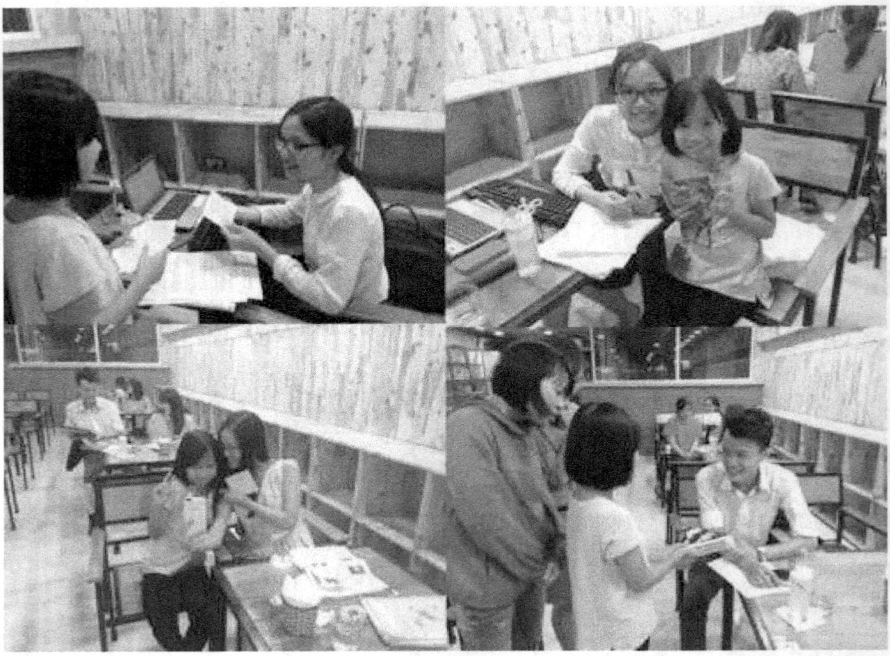

Có lẽ nụ cười là ngôn ngữ dễ hiểu nhất thế gian này. Cứ thế, chúng tôi tiếp tục trao đi những thông điệp ý nghĩa, và không quên kèm tặng món quà miễn phí là nụ cười.

Một bạn phục vụ bàn đã rơm rớm nước mắt khi

đọc được một câu nói ý nghĩa trong những tấm thẻ. "Ước mơ, vẫn mãi chỉ là mơ ước, nếu không hành động mỗi ngày."

Một bạn nữ đã tặng lại cho Hà Vi một quyển truyện của nhà văn Nguyễn Nhật Ánh... và mọi thứ diễn ra thật đẹp mà không từ ngữ nào diễn tả hết được.

"Vì sao con làm điều này?" một vị khách đã hỏi Hà Vi.

Cô bé đáp, "Con nghĩ những gì mình cho đi không phải là mình mất, mà cho đi là còn mãi."

Nghe câu nói đó, tôi cảm thấy bồi hồi, và nhớ lại kỷ niệm cách đây hơn 10 năm. Ngày 2 tháng 4 năm 2012 là một ngày không thể nào quên với tôi. Bởi đó là ngày tôi lần đầu tiên được *đứng đường* đúng nghĩa. Mà không phải đứng một mình, có rất nhiều đồng đội đứng cùng tôi.

Hơn 100 con người tham gia trải nghiệm *đứng đường*. Chúng tôi chọn những nơi đông người qua lại nhất. Đó là khu vực ngã tư đèn xanh, đèn đỏ.

Nếu ở đó cùng chúng tôi, bạn sẽ được trang trí những bức tranh với thông điệp ý nghĩa, vui vẻ, dễ nhớ. Vừa giúp lan truyền văn hóa tham gia giao thông, vừa đem lại những giây phút thoải mái cho người đọc nó.

Đường đông người hãy cứ mỉm cười.
Đi đúng làn thấy thật an nhàn.
Đi thong thả cho đỡ vất vả
Hà Nội không vội được đâu.
Dừng đèn đỏ chứng tỏ văn minh.
Đi đúng chiều gặp nhiều may mắn.
Bấm còi vừa phải cho tai đỡ oải.
Trẻ dám mơ, già dễ thở.
Sống đơn giản cho đời thanh thản.
Cười to hạnh phúc ấm no.
Hạnh phúc sẽ đến khi bạn mỉm cười.

Sau đó, bạn sẽ được phân công vào các nhóm nhỏ

từ 4 đến 5 người. Đứng rải rác tại 20 chốt giao thông lớn của Hà Nội như Nguyễn Chí Thanh - Kim Mã, Ngã Tư Sở, Xuân Thủy - Phạm Hùng… trên tay là những bức tranh vừa trang trí. Lúc đầu khi mới *đứng đường*, tôi và đồng đội hơi e ngại một chút. Vì đây là trải nghiệm đầu tiên mà.

"Anh Hưng ơi!" một bạn nữ hỏi tôi với vẻ lo lắng. "Không biết mình đứng thế này có ai ra bắt mình không nhỉ?"

"Mình làm điều hữu ích mà, *cười to hạnh phúc ấm no* xem nào!" tôi mỉm cười đáp.

Tại những giờ cao điểm khoảng từ 7 giờ đến 8 giờ sáng, khu vực ngã tư luôn đông kín người. Các phương tiện giao thông di chuyển chậm lại. Đôi khi còn tắc đường, điều này khiến người tham gia giao thông có những cảm xúc không thoải mái. Nhưng hôm nay, họ thấy chúng tôi với gương mặt rạng rỡ, trên tay là khẩu hiệu đầy màu sắc. Họ đã nở những nụ cười tuyệt đẹp. Khoảnh khắc ấy, dẫu chỉ là vài giây thôi, nhưng nó khiến tôi và những người bạn của mình hạnh phúc thật sự.

"Điều mà các bạn đang làm, khiến bác thật sự ngạc nhiên," bác Nguyễn Thị Vân, nhà ở Phường Dịch Vọng Hậu, chia sẻ. "Trước đây, bác từng chứng kiến và tham gia không ít những cuộc vận động, tuyên truyền cho giao thông nhưng chẳng có lần nào để lại ấn tượng rõ nét như các bạn. Nó ngộ nghĩnh, sinh động, hài hước và rất dễ nhớ!"

Nhiều trang báo lớn như Thanhnien.vn, VnExpress.net, Dantri.com.vn đều đưa tin về *nhóm đứng đường* chúng tôi. Đúng là khi ta cứ cho đi với một tâm hồn vô tư, chẳng mong cầu. Cuộc đời sẽ trả lại ta còn nhiều hơn ta nghĩ.

Vừa mới đây, tôi lại hạnh phúc vì một niềm vui bất ngờ.

"Thầy Hưng ơi!" anh Khá gọi điện thoại cho tôi.

"Vâng ạ! Em đang nghe đây."

"Hôm trước nhà trường kêu gọi ủng hộ đồ dùng cho học sinh gặp khó khăn, thầy ủng hộ laptop cũ, anh đã cài đặt lại rồi, hoạt động bình thường nhé."

"Tốt quá anh ạ!"

"Ừ, nhưng mà..." anh Khá nói, rồi thở dài. "Chương trình đó bị hoãn lại rồi!"

"Ôi! Tiếc vậy sao?"

"Tuy vậy, hôm nay có chị Thu lao công trong trường nhờ anh tìm cho laptop cũ. Bé nhà chị ấy học online qua điện thoại, màn hình nhỏ quá nên bị mỏi mắt, tín hiệu cũng yếu. Hay mình bán lại laptop của em cho chị ấy được không?"

"À! Em biết chị Thu mà. Anh nói với chị ấy là em tặng cho bé, nó cũng cũ rồi ạ!"

"Ừ! Vậy anh cảm ơn thầy nhiều nhé!"

Hôm sau đến trường, gặp chị Thu, chị nhìn tôi với ánh mắt vui lắm. "Cảm ơn thầy Hưng! Con chị thích lắm!"

"Vâng! Máy đó do bố em gửi từ Nga về, từ hồi em mới bắt đầu làm giáo viên. Em có nhiều kỉ niệm với nó lắm ạ."

Tôi biết chị từ hồi còn ở trường cũ, cũng khoảng 6 - 7 năm rồi. Ấn tượng của tôi về chị khi ấy là người đến sớm nhất trường, dù nhà cách trường hơn chục cây số. Rồi phải làm biết bao nhiêu việc để giữ cho ngôi trường được sạch sẽ. Ấy vậy mà lúc nào chị cũng tươi cười rạng rỡ, đúng kiểu mỗi ngày đến trường là một ngày vui.

Chiếc laptop đã từ tấm lòng của bố tôi trao cho tôi, và giờ chuyển thành niềm vui của cả chị ấy lẫn của tôi. Nếu có một thứ cho đi, mà bạn sẽ nhận lại thêm, tôi chắc chắn rằng đó chính là niềm vui. Vì cả ngày hôm đó, tôi vui tới mức quên đi áp lực công việc.

Sau này, chị có gửi cho tôi ảnh cậu bé tươi cười với chiếc Laptop làm tôi nhớ tới kỷ niệm đó, và lại vui cả ngày. Điều này càng làm tôi thấm thía: Hạnh phúc là cho đi.

Tuy vậy, có khi nào bạn cảm thấy mình cho đi mà không ai đón nhận không?

Gần đây nhất, tôi có làm một clip rất ý nghĩa để đăng lên trên Facebook cá nhân tặng mọi người. Tôi chăm chút từng con chữ, thu âm, dựng hình với mong muốn thông điệp của nó sẽ *chạm* tới nhiều người. Tôi đăng lên mà cảm thấy lòng mình thật ấm áp.

Một tuần trôi qua, tôi nhận được 24 lượt thích và 2 lượt bình luận cảm ơn. Trong đó có 1 bình luận là của vợ tôi, bình luận còn lại là của một phụ huynh tôi quen. Điều đó làm tôi suy nghĩ lắm.

Nếu bạn là tôi, bạn sẽ cảm thấy thế nào? Dù biết là hãy cứ cho đi không mong cầu, nhưng trong lòng sẽ vui hơn nếu có người hưởng ứng, phải không?

Thực ra thì của cho không bằng cách cho, vậy cho đi như thế nào mới hiệu quả nhất? Dưới đây là 3 tiêu chí tôi đúc kết được qua những kinh nghiệm của mình.

3 TIÊU CHÍ PHÁT TÂM HIỆU QUẢ

HƯNG TƯƠI
Sống để yêu thương! ♡

TIÊU CHÍ #1
NGƯỜI NHẬN VÀ CHO ĐỀU VUI VẺ

"Thầy ơi!" Cô bé An Di, học trò lớp 1 nhảy chân sáo, tiến lại gần tôi để nói. "Con được 6 sao rồi nhé. Con sẽ cố gắng được 10 sao ạ!"

"An Di giỏi thế nhỉ!" tôi nói, mỉm cười nhìn cô bé. "Thầy thấy con ngày càng tiến bộ hơn đấy. Hăng hái giơ tay, ngồi học tập trung, chịu khó làm bài tập nữa."

"Vâng ạ. Thầy nhìn này, quyển sổ Ngôi Sao này mẹ mua cho con đấy." Cô bé vừa nói vừa giơ quyển sổ dán những ngôi sao được thưởng từ các môn học khác nhau. Đôi mắt, nụ cười của An Di khi đó ánh lên niềm tự hào về bản thân.

Trong môn SEL tôi dạy các bạn học sinh Tiểu Học, tôi thường dùng những sticker hình ngôi sao để ghi nhận sự nỗ lực của mỗi bạn.

Cuối học kì, tôi sẽ có một phần quà bất ngờ dành cho những bạn đạt 20 sao trở lên. Học trò nào cũng rất thích nhận được món quà ấy. Đó có thể là một dụng cụ học tập mới, một búp bê nhân vật hoạt hình hoặc một hộp kẹo Play More vị dưa hấu the mát.

Hôm đó, tôi đang ngồi trong phòng làm việc. An Di đến tìm tôi, trông cô bé có vẻ buồn.

"Con chào thầy ạ! Con xin phép nói chuyện với thầy một chút được không ạ?"

"Có chuyện gì vậy An Di?"

"Một số ngôi sao của con bị rơi mất, con tìm mãi mà không thấy. Đáng lẽ ra con được 20 sao rồi, nhưng giờ chỉ còn 13 sao."

"Ồ! Vậy hả. Sao con không nói sớm. Lại đây thầy tặng quà cho con này!"

"Ôi! Thích quá đi! Con cảm ơn thầy nhiều lắm!" Cô bé nhảy cẫng lên và hét to.

Không chỉ An Di sung sướng mà tôi và những giáo viên trong phòng khi ấy cũng rất hạnh phúc khi thấy nụ cười của cô bé.

Tôi có một thói quen là luôn mang theo một số sticker trong túi. Khi trông thấy một hành vi tốt của học sinh, như cúi chào lễ phép, giúp thầy cô lau bảng, kê bàn ghế giúp bạn... Tôi đều tặng sao cho các bạn ấy. Món quà tuy nhỏ nhưng đem lại niềm vui thật lớn. Khi ta cho đi, ta vui mà người khác cũng vui là vì thế.

Tiêu chí #2
Trong giới hạn của người cho

Ngày xưa, gần nhà ông bà nội tôi có một bác trai vui tính lắm. Bác vốn là bộ đội đặc công trước đây, đã về hưu. Nhà bác cũng thuộc dạng hộ nghèo trong xóm, thu nhập chủ yếu đến từ đồng lương của bác. Cũng một phần là vì nhà bác đông con, có 2 anh con trai và 4 chị em gái, nên mọi chi phí đều dành để nuôi con hết.

Có lần, bố tôi hỏi bác, "Anh Đảm ơi! Sao ngày xưa anh đi chiến trường suốt mà sao vẫn sinh được 6 người con nhỉ?"

"À, chắc do bà xã anh sợ anh bị hy sinh nên lần nào về phép là dính bầu lần đấy," bác nói rồi cười lớn.

Tôi rất yêu quý bác Đảm, vì việc gì lớn nhỏ của gia đình tôi bác đều sẵn sàng giúp đỡ. Chỉ có điều là bác có thói quen hay cho đi một cách *vượt ngưỡng*.

Hoàn cảnh gia đình khó khăn, nhưng ở nhà có gì bác đều sẵn sàng cho hết. Nuôi được mấy con gà để dành đến Tết cho gia đình, bác cũng có thể đem cho người khác. Người ta gửi tiền, bác cũng không nhận. Tôi không có ý nói hành động của bác là không tốt, tôi nghĩ rằng sẽ tốt hơn nếu cho đi trong giới hạn của mình. Chăm lo cho gia đình của mình tốt thì mới chăm lo cho người ngoài. Nên người xưa mới có câu, *tề gia trị quốc bình thiên hạ*, là như thế.

Một ví dụ khác nói về việc cho đi trong giới hạn, đó là tục lệ lì-xì ngày Tết.

Hồi nhỏ, tôi rất thích được nhận lì-xì ngày Tết. Ngày đó khi nhận lì-xì tôi có thói quen xấu, ai cho nhiều tiền thì tôi sung sướng, ai cho ít thì buồn rầu. Có khi hai anh em còn bàn tán với nhau về việc phong bao của người nào ít, người nào nhiều. Đương nhiên là sẽ khen những người cho nhiều rồi.

Khi đã trưởng thành, những ngày đầu kiếm được tiền, tôi cũng chuẩn bị những bao lì-xì để gửi cho mấy đứa trẻ quanh nhà. Có những bạn có thói quen giống tôi ngày xưa, bóc luôn bao lì-xì trước mặt tôi để xem trong bao có bao nhiêu tiền. Thật sự khi ấy tôi cũng ngại vì mình để vào đó có vài ngàn đồng.

Có năm, tôi rút kinh nghiệm, mừng tuổi nhiều hơn năm trước gấp 10 lần. Mấy đứa trẻ nhận được vài chục ngàn thì vui lắm. Nhưng sau đó tôi nhận hậu quả, là hết tiền tiêu cho tháng tiếp theo. Cảm giác còn buồn hơn là năm tôi mừng tuổi ít tiền.

Khi dạy học trò về tục lệ lì-xì ngày Tết. Tôi mới biết rằng tục lệ này xuất phát từ Trung Hoa.

Truyền thuyết kể rằng, có 1 con yêu quái thường xuất hiện vào lúc Giao Thừa. Nó rất thích xoa đầu trẻ em lúc đang ngủ, khiến trẻ em giật mình khóc thét lên. Hôm sau, trẻ đau đầu, sốt cao nên các bậc cha mẹ đều phải thức để canh phòng.

Một cặp vợ chồng ngoài 50 tuổi mới sinh được mụn con trai. Tết năm ấy, có 8 vị tiên dạo qua nhà, biết trước cậu bé sẽ gặp tai họa với yêu quái, vị tiên bèn hóa thành 8 đồng tiền, ngày đêm túc trực bên bé. Sau khi chú bé ngủ say, hai vợ chồng lấy giấy đỏ gói những đồng tiền này lại, đặt lên gối con rồi đi ngủ. Nửa đêm, con yêu quái xuất hiện, vừa giơ tay định xoa đầu đứa trẻ thì từ bên chiếc gối lóe lên những tia vàng sáng rực khiến nó kinh hoàng bỏ chạy.

Hai vợ chồng vui mừng đem chuyện kể lại cho mọi người nghe. Thấy việc lấy tiền bọc trong bao đỏ xua đuổi được yêu quái, giúp cho trẻ em mạnh khỏe an lành nên cứ Tết đến người ta lại bỏ tiền vào những phong bì đỏ cho trẻ em, còn gọi là tiền lì-xì và nó dần dần trở thành phong tục tiền mừng tuổi đầu năm.

Biết được ý nghĩa của việc lì-xì, tôi cho một lượng tiền vừa phải theo thu nhập của mình, tôi còn để kèm thêm những chiếc thẻ có chứa câu nói hay, hoặc những bức ảnh ý nghĩa vào trong bao lì-xì. Mấy đứa nhỏ cũng vui vẻ, tò mò xem ngoài tiền thì trong bao lì-xì còn có chiếc thẻ gì. Đương nhiên khi ấy tôi cũng rất vui rồi.

Tiêu chí #3
Đem lại bài học ý nghĩa

Khi dạy các tiết học về giá trị sống, tôi hay có quà tặng cho học sinh của mình.

"Hôm nay thầy sẽ tặng cho mỗi bạn một cái cây rất đẹp. Bạn nào muốn nhận thì giơ tay lên nào."

"Em!!!" Cả lớp đồng thanh. Bạn nào cũng hớn hở.

"Các bạn có biết cây có nhiệm vụ gì không nhỉ?"

"Cây hấp thụ khí các-bô-níc và thải ra khí ô-xi để bảo vệ môi trường ạ," một bạn nói.

"Cây còn để làm đẹp cho nhà của mình nữa," một bạn khác nói tiếp.

"Đúng rồi. Vậy nhiệm vụ của chúng ta khi nhận cây là gì?"

"Chúng ta cần chăm sóc nó phải không ạ?"

"Đúng thế. Cần phải chăm sóc đúng cách thì cây mới có thể lớn. Các bạn có biết cây cần gì để phát triển không?"

"Cây cần đất, nước, ánh sáng mặt trời, không khí ạ."

"Các bạn thông minh quá. Cây cần nhiều yếu tố như các bạn đã nói để phát triển. Khi cây còn nhỏ như thế này, thì còn cần bàn tay chăm sóc và tình yêu thương của các bạn nữa. Nào bây giờ chúng ta cùng bắt đầu trồng cây nhé."

Sau đó mỗi bạn được phát một chậu nhựa, một cái cây và một ít đất. Nhìn đôi bàn tay nhỏ xinh nâng niu từng cây xanh, nắm từng nhúm đất để trồng cây. Tôi cảm nhận được tình cảm của học trò dành cho mỗi cái cây của mình.

Một vài ngày sau, một học trò chạy đến gần tôi với nét mặt hân hoan, "Thầy ơi! Cái cây của con đã mọc thêm nhiều nhánh mới rồi ạ. Con cảm ơn thầy vì đã tặng con cây cỏ tóc tiên ạ!"

"Vậy hả?" tôi mỉm cười. "Nhờ có sự chăm sóc của con mà cây lớn nhanh đó. Thầy phải cảm ơn con mới đúng."

Tôi nhận ra, khi học trò hiểu rõ lý do vì sao mình cần làm một việc gì đó. Nhất là những việc có ý nghĩa với mình, với mọi người, bạn ấy sẽ tự giác để làm.

Cũng nhóm học trò ấy, khi hiểu được tác hại của việc dùng túi ni-lông, các bạn còn tự gấp những túi giấy để tặng cho mọi người xung quanh. Mọi người vui và các bạn ấy cũng vui. Tôi gọi các bạn ấy là biệt đội Siêu Nhân Ong, nhiệm vụ của biệt đội là *giải cứu thế giới*.

Bây giờ đến lượt bạn rồi đấy. Hãy thử tặng ai đó món quà gì đó trong khả năng của mình, bạn sẽ thấy điều kì diệu xuất hiện!

Hãy Cho Đi Nhiều Hơn

FUSUSU®

Đã hơn 20 năm trôi qua, nhưng tôi vẫn còn nhớ mãi khoảnh khắc ấy ở cổng trường tiểu học Kim Liên Hà Nội. Nếu đứng đó cạnh tôi, bạn sẽ thấy một cụ bà ăn xin trong bộ quần áo nâu cũ kĩ.

Bà ấy tiến lại gần, im lặng nhìn tôi, ánh mắt trầm buồn như muốn nói, “Hãy cho đi nhiều hơn…”

Tôi đắn đo một lúc, rồi không hiểu sao tôi đã lấy hết toàn bộ tiền ăn sáng của mình và dúi vào tay bà ấy. Nhìn đôi tay run rẩy của bà cầm lấy mấy ngàn đồng, mà tôi cảm thấy lòng mình ấm áp vô cùng.

Tôi không rõ bạn tin vào luật nhân quả tới mức độ nào, nhưng vài hôm sau trong lúc đi xuống cầu thang, tôi đã... nhặt được 50 ngàn. Vài hôm sau, khi đi qua một bốt điện thoại công cộng, tôi thấy ai đó đã để quên bọc tiền vài chục ngàn tiền lẻ. Đỉnh điểm là một lần đi biển Hải Phòng, trong lúc lang thang trên bãi cát, tôi nhặt được chiếc nhẫn vàng, song mẹ nói với tôi đó là nhẫn giả!

Sau này khi kể lại, mẹ mới tiết lộ đó là nhẫn thật, và trị giá tới 10 triệu. Tôi nghĩ mẹ làm vậy là đúng, vì nếu biết nó là nhẫn thật, tôi đã có thể nảy sinh lòng tham và quay lại cổng trường, tìm lại bằng được bà ăn xin kia, mà tôi nghĩ là một thiên thần đang vi hành, và đầu tư sạch cả tiền ăn trưa, ăn chiều, ăn tối, thậm chí ăn đêm nếu có!

Hãy cho đi nhiều hơn. Một câu nói cứ văng vẳng bên tai…

Những năm học cuối cấp ba, tôi bắt đầu biết tới tư duy tích cực, và ấn tượng mãi hình ảnh những con cua trong xô. Khi một con ngoi lên, những con còn lại sẽ cố gắng kéo nó xuống. Tôi cảm giác mình cũng là một con cua như vậy. Thời đó khái niệm *tư duy tích cực* còn rất mới, nhưng tôi đã dám cho đi sự tin tưởng và quyết định trở thành một chú cua tích cực, cố gắng ngoi lên khỏi cái xô.

Nhờ đó mà tôi được dẫn đường tới *hang ổ* của những chú cua tích cực khác, đó là trung tâm UCIE, nơi dạy kỹ năng lãnh đạo bản thân của thầy Frederic Labarthe (thầy F). Những buổi nói chuyện hài hước của thầy đã mở đường dẫn lối cho tôi đến với một thế giới mà từ đó tôi có thể kiểm soát cuộc đời mình: Thế giới nội tâm.

Điều làm tôi ấn tượng nhất là để tham gia các chương trình giá trị của thầy, bạn cần đóng một khoản học phí rất đắt đỏ, đó chính là… sự có mặt của bạn. Vâng, thầy đi rất nhiều nước, giảng dạy cho nhiều nhà lãnh đạo, sẵn sàng bỏ ra cả ngàn đô la để học thầy. Giờ đây khi tới Việt Nam, thầy đã cho đi 50 năm kinh nghiệm sống, hoàn toàn miễn phí!!!

Tôi còn nhớ trong một buổi học với thầy F, một học viên đã hỏi. "Thầy ơi, làm sao để trả lời câu hỏi Who am I?"

"Who am I? Tôi là ai ư?" thầy F cười lớn. "Bạn gặp vấn đề về trí nhớ sao? Tôi tưởng chỉ có những người mất trí mới hỏi câu ấy chứ?"

Cả lớp đã cười vang. Sau đó thầy giải thích thật ra câu hỏi *Who am I* rất là *stupid* (nghĩa là ngốc nghếch, thầy F đã dùng chính xác từ này) và khuyên bạn nên hỏi một câu hữu ích hơn là *What am I*, và bắt đầu học cách cho đi, làm điều gì đó có ích cho đời. Rồi chính những điều tốt đẹp ấy sẽ quyết định bạn là ai.

Thầy F giúp tôi nhận ra tri thức giống một dòng sông, khi cho đi tri thức, bạn sẽ trở thành một nhánh sông, và tri thức cứ thế tiếp tục tuôn chảy qua bạn. Hãy cho đi nhiều hơn, và bạn sẽ trở thành một nhánh sông lớn hơn, để tiếp tục đón nhận những điều mới mẻ, và lại tiếp tục cho đi.

Kể từ lúc đó, tôi đặt ra cho mình một sứ mệnh là khám phá những bí ẩn của cuộc sống, và chia sẻ nó cho càng nhiều người càng tốt. Tôi đã viết lại những gì mình hiểu từ kiến thức của thầy, và chia sẻ lên những diễn đàn và trang web mình tự lập hồi ấy với biệt danh Phương Live, và đón nhận được rất nhiều sự hưởng ứng tích cực.

Sự xuất hiện của Facebook khiến cho diễn đàn mất dần chỗ đứng, nên vào năm 2008, tôi đã lập ra blog MrLive để tiếp tục thực hiện triết lý hãy cho đi nhiều hơn (tới giờ nhiều độc giả lâu năm vẫn gọi tôi là Phương Live). Song có vẻ như có ai đó không thích điều này, hoặc là một Hacker tập sự nào đó đã chọn trang web của tôi để khởi nghiệp, nên sau đó không lâu sau blog ấy đã bị hack mất.

Một điều tuyệt vời là khi bạn thực hiện nguyên tắc hãy cho đi nhiều hơn đối với tri thứb, bạn sẽ chẳng bao giờ mất nó. Hàng chục blog hay trên trang MrLive hồi đó của tôi có thể đã biến mất, nhưng những kinh nghiệm ấy vẫn còn trong tôi. Giờ đây, bạn có thể thấy hàng trăm blog trên Fususu.com cũng tuyệt vời không kém, rồi hàng trăm các clip ngắn mà bổ ích trên kênh Tiktok @fususu.official, trong đó có hàng chục clip trên triệu view.

Những thứ bạn cho đi cũng giống như hạt giống, được gieo vào mảnh đất cuộc đời. Hãy cứ cho đi nhiều hơn, và bạn sẽ phải bất ngờ vì hoa trái nhận được…

Năm 2010, đó cũng là lúc tôi bắt đầu chán học trên trường do tôi đã chọn nhầm chuyên ngành không phù hợp với năng lực cũng như sở trường của mình. Tôi tự hỏi không biết tương lai mình sẽ đi về đâu, tôi lại càng cho đi nhiều hơn, viết blog nhiều hơn. Một người đã tình cờ đọc được các blog của tôi, và nghĩ rằng tôi sẽ giúp được công ty của họ. Tôi đã nhận được hoa trái to bự: Việc làm ở một công ty đào tạo có tiếng thời đó (TGM Hà Nội) với mức lương mơ ước của nhiều người. Sau đó tôi còn tham gia các việc khác trong công ty, đặc biệt là vai trò Coach.

Hàng trăm mẩu giấy cảm ơn mà bạn thấy ở ảnh trên, được chúng tôi gọi là love notes. Đó là tình cảm, là sự tri ân của các học viên gửi tới Coach trong khóa học, cũng là nguồn năng lượng giúp tôi dành hàng trăm giờ làm việc tự nguyện giúp đỡ học viên. Do vậy, nếu bạn hỏi tôi kinh nghiệm xin việc, thú thật tôi không có. Vì hồi ấy, tôi coi việc được vào làm ở công ty là một ân huệ cuộc sống, là hoa trái do tôi đã cho đi từ xưa, nên tôi cống hiến hơn 5 năm ở đó, cho tới khi công ty… sắp giải thể (không phải lỗi tại tôi).

Thật may mắn, mặc dù việc ở công ty cũ rất bận rộn, nhưng tôi không bao giờ quên nguyên tắc cho đi. Tôi vẫn kiên trì viết lách mỗi ngày, và hoa trái tiếp theo đã nở rộ kịp thời. Vào thời điểm công ty chuyển đổi mô hình, cũng là lúc tôi tập hợp 5 năm kinh nghiệm đào tạo và xuất bản cuốn sách đầu tiên, mà trong đó tôi cũng thực hiện nguyên tắc cho đi. Trong ấy, tôi không làm gì khác ngoài việc chia sẻ tất cả những gì mình biết về rèn luyện trí nhớ hiệu quả.

Có lẽ nhờ luôn tuân theo nguyên tắc này, mà sau đó không lâu Numagician (tên hồi đó là Những Con Số Ảo Thuật) đã được hàng ngàn độc giả đón nhận, và sau này còn lọt top sách kỹ năng bán chạy trên Tiki nhiều năm liền, với hàng trăm Review 5 sao, một điều hiếm có trong dòng sách này.

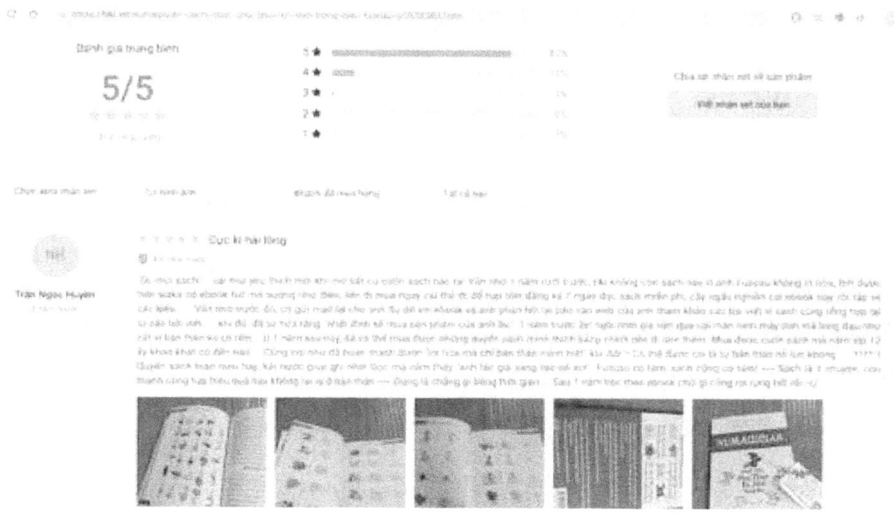

Nhờ liên tục cho đi tri thức, tôi liên tục nhận được tri thức mới. Sau đấy thì bạn biết điều gì xảy ra rồi, ông trời đã *tuyển dụng* tôi vào một hành trình: Vừa du lịch, vừa viết sách. Trung bình mỗi năm, tôi đều xuất bản một cuốn sách, hoặc cập nhật lại một cuốn sách để thực hiện nguyên tắc hãy cho đi nhiều hơn.

Tôi không ngại đầu tư cả tháng trời để làm clip giúp bạn nhớ 1000 số Pi để tặng độc giả Numagician, hay làm chủ 1000 từ tiếng Anh thông dụng tặng độc giả sách 21 Cách Học Tiếng Anh Du Kích. Rồi năm 2021, tôi cập nhật lại sách Numagician với cải tiến nội dung tới 150%, và các độc giả có tài khoản đọc sách online cùng Fususu sẽ được cập nhật miễn phí.

Tôi không ngại ngần bỏ tâm sức như vậy, vì tôi tin rằng một ngày nào đó bạn có thể sẽ ra đi, nhưng những kiến thức bạn để lại thì có thể giúp được ai đó mãi mãi. Hãy cho đi nhiều hơn, vì bạn có nhiều thứ hơn là bạn nghĩ đấy!

Có thể bạn nghĩ mình đâu có gì mà cho đi cơ chứ? Cuộc sống đã tước của mình đi mọi thứ rồi? Covid-19 đã làm mình kiệt quệ rồi? v.v… thì hãy dừng những suy nghĩ tiêu cực đó lại, để suy nghĩ tích cực có thể bắt kịp bạn. Tác giả nổi tiếng, bậc thầy về thành công, Zig Ziglar đã từng nói, "Bạn sẽ có mọi thứ trong đời, khi bạn giúp đủ nhiều người có được thứ mà họ muốn."

Nếu bạn nghĩ mình đã hết thứ để cho, thì có thể là do bạn đang quá đang tập trung vào những gì mình muốn. Còn nếu bạn nhìn vào thứ mọi người đang cần, bạn sẽ nhận ra mình có thể cho đi nhiều hơn là bạn nghĩ. Đặc biệt, trong một thế giới đầy khó khăn, thì những món quà tinh thần chính là thứ tuyệt vời nhất bạn có thể cho đi.

Một ai đó có thể đang cần sự có mặt của bạn.

Một ai đó có thể đang cần một nụ cười của bạn.

Một ai đó có thể đang cần một lời khen của bạn.

Một ai đó có thể đang cần sự tha thứ của bạn.

Một ai đó có thể đang cần một cái ôm của bạn.

Một ai đó có thể đang cần sự công nhận của bạn.

Một ai đó có thể đang cần một lời cảm ơn của bạn.

Một ai đó có thể đang cần tri thức mà bạn có.

Đặc biệt, một ai đó có thể đang cần sự bình tâm của bạn!

Hãy cho đi nhiều hơn, hãy trở thành một nhánh sông tuyệt vời, và cuộc đời sẽ tiếp tục tuôn chảy vào bạn những điều tuyệt vời hơn nữa, để bạn có thể tiếp tục sứ mệnh cao cả của mình khi có mặt trên đời.

Cho đi tri thức, bạn nhận thêm tri thức. Cho đi niềm vui, bạn sẽ nhận thêm niềm vui, và có một thứ rất thú vị mà bạn có thể cho đi, mà không cần phải gặp mặt trực tiếp mọi người nữa đấy!

Thói Quen Đặc Biệt: Phát Tâm

FUSUSU®

Hồi còn đi làm, một đồng nghiệp của tôi đã thực hiện một thí nghiệm đơn giản, nhưng kết quả lại khiến ai cũng kinh ngạc.

Cô đã ấy lấy cơm ra từ cùng một nồi, cùng một thời điểm, bỏ vào hai cốc giống nhau, để cùng một nơi, nhưng một cốc dán chữ *love*, cốc còn lại dán chữ *hate*. Hàng ngày, với cốc *love*, cô kể với nó chuyện vui, rồi còn động viên, "Đừng mốc nha..." còn cốc *hate* thì ngược lại, cô kể với nó toàn chuyện buồn chán và mệt mỏi.

Sau một tháng, kết quả là... hai cốc đều mốc!

Nếu để ý, cách mốc của chúng rất khác nhau. Cốc love mốc trắng và mùi *không đến nỗi nào*. Còn cốc hate trông như *chè thập cẩm* với mùi không thể đỡ nổi. Thật khó tin, nhưng đây là chuyện hoàn toàn có thật. Sau đó chúng tôi đã cho các học viên của mình làm thử thí nghiệm tương tự trong một trại hè, và kết quả cũng như vậy.

Sau trải nghiệm đó, tôi nhận thức sâu sắc rằng: Cảm xúc của chúng ta mang năng lượng, nó có thể ảnh hưởng không chỉ tới con người, mà còn cả vạn vật xung quanh. Do vậy, mỗi lần trước khi kết thúc mỗi bài luyện bình tâm mà bạn cảm thấy thư thái, hãy tranh thủ *gửi gắm* năng lượng bình an ấy tới mọi người.

Bạn có thể nghĩ tới họ, hoặc thầm nói như sau:

Gửi tới người tôi yêu quý, mong sự bình an và hạnh phúc luôn bên bạn. Gửi tới người từng làm tôi tổn thương, tôi tha thứ và mong sự bình an và hạnh phúc luôn bên bạn.

Bằng một cách nào đó, họ cũng sẽ cảm nhận được năng lượng tích cực này đấy!

Càng cho đi sự bình an bình an như vậy, đảm bảo bạn sẽ ngày càng tiến gần hơn tới cái đích hạnh phúc từ tâm. Và rồi bạn sẽ thấy một kết quả thú vị, là bạn không chỉ cảm thấy hạnh phúc hơn, mà những người ở bên cạnh bạn dường như cũng hạnh phúc hơn.

ĐỊNH TÂM
BÌNH TÂM
PHÁT TÂM

Vậy là bạn đã nắm được ba bước xây hạnh phúc từ tâm. Thật dễ nhớ phải không?

Định, bình, phát.

Tâm trí vốn có thói quen *đi lang thang* và không thích ở yên một chỗ, nên các bài định tâm giúp bạn đưa tâm trí về hiện tại. Khi khả năng định tâm tăng lên, bạn sẽ dễ dàng nhận diện được các cảm giác xuất hiện trên khắp cơ thể.

Lúc ấy, thay vì chú ý tới các đối tượng bên ngoài như mọi khi, tâm trí sẽ bắt đầu thích thú (hoặc ghét bỏ) những cảm giác xuất hiện trên cơ thể. Chính vì thế mà chúng ta có bài tập bình tâm để giữ cho tâm trí quân bình trở lại.

Sau đó, khi tâm trí bạn đã trở nên bình thản, khi bạn đã phần nào trải nghiệm hạnh phúc từ tâm, thì đó là lúc bạn phát tâm, bạn trao gửi tâm từ đến với những người xung quanh bằng cách nghĩ về họ.

Để kết hợp ba bước này, thì đơn giản là mỗi lần thực hành, bạn có thể dành một phần ba thời gian để định tâm, còn lại hai phần ba thời gian để tập bình tâm, và cuối cùng là phát tâm trước khi kết thúc luyện tập.

4 CƠN LŨ CẢM XÚC
VÀ CÁCH BẢO VỆ HẠNH PHÚC

Đọc tới đây, chúng tôi xin chúc mừng bạn. Vì bạn đã biết được từng bước rất cụ thể để đến với hạnh phúc từ tâm. Thực hành thường xuyên những bài tập ở chương trước, bạn sẽ xây dựng cho mình một tâm trí ngày càng vững mạnh, sắc bén.

Đó là một hành trình không đơn giản. Các cụ có câu: *Anh hùng khó qua ải mỹ nhân*, cuộc sống khó có thể nói trước điều gì. Bạn có thể sẽ gặp những khó khăn thách thức mà chúng tôi gọi là các cơn lũ cảm xúc, có sức mạnh cuốn sạch hạnh phúc bao lâu nay bạn cất công tạo dựng.

Biết địch biết ta, trăm trận trăm thắng. Trong quá trình trải nghiệm, chúng tôi nhận ra có 4 cơn lũ cảm xúc lớn mà ai rồi cũng sẽ phải trải qua trong đời. Tất nhiên là có nhiều những cơn lũ khác bạn phải đối mặt, song chúng đâu đó sẽ đều có đặc tính của 4 cơn lũ cảm xúc lớn này.

Chúng tôi hy vọng những câu chuyện, những trải nghiệm thực tế của mình sẽ giúp bạn có thêm hiểu biết về những cơn lũ này, và cách thức để vượt qua chúng. Một lưu ý là trong mỗi câu chuyện, sẽ đều có một thói quen thú vị, bạn hãy để ý và áp dụng nhé!

Cơn Lũ Ham Muốn

HƯNG TƯƠI
Sống để yêu thương! ♡

Từ Nước Sạch Sang Nước Đục

Sau khi tốt nghiệp Đại Học, tôi vào làm ở một công ty nhà nước, đúng chuyên ngành mình học. Tôi rất tự hào, vì đó là một trong những công ty lớn nhất Hà Nội, chưa kể lại có cô chú quen biết lãnh đạo nên tôi cũng được nhờ. Vì thế mà dù đi làm vất vả, nhưng tôi nghĩ mình sẽ gắn bó lâu dài ở đây.

Một hôm, khi đang nâng tạ ở phòng tập, một thanh niên cao lớn đẹp trai tiếp cận tôi.

"Anh mới tập à?" cậu ta nói. "Làm vậy chưa chuẩn rồi, để em làm mẫu cho!"

Nói đoạn, cậu ta cầm tạ, động tác rất dứt khoát. Cậu đã chỉ cho tôi cách điều tiết hơi thở và đúng là nâng tạ dễ hơn hẳn. Đó là L, kém tôi 7 tuổi, đang là sinh viên nhưng rất tự tin, năng động, lại nói chuyện có duyên nữa.

"Anh Hưng muốn tăng thu nhập không?"

"Đương nhiên rồi!"

"Vậy bữa nào, mời anh lên công ty mà em đang làm việc thăm quan. Biết đâu mình có thể hợp tác."

Vài hôm sau, tôi đến công ty của L. Đó là một căn phòng lớn cả trăm người đang chen chúc. Trên sân khấu, vị diễn giả nói chuyện rất cuốn hút.

"Sinh ra nghèo, không phải lỗi của bạn," vị diễn giả nói. "Chết trong nghèo khó, đó là lỗi của bạn."

Đúng là người thành công có khác, nói câu nào triết lý câu đó. Tôi cảm thấy rất ngưỡng mộ. Cuối buổi, L cùng tôi ở lại trò chuyện với diễn giả và biết anh ấy tên là P, hơn tôi 2 tuổi, nhưng lại có tới 2 tấm bằng đại học danh tiếng, và anh cũng không ngại cho tôi xem bảng lương công ty trả với mức thu nhập gấp tôi hàng chục lần.

"Anh làm được thì Hưng cũng làm được," anh P nói và nhìn tôi với ánh mắt đầy tin tưởng. "Hãy nghĩ đến một ngày nào đó mình không phải lo nghĩ về tiền, tự do, thoải mái làm điều mình thích."

Tôi nghĩ tới viễn cảnh ấy mà thấy trong lòng sung sướng.

Khi về nhà tìm hiểu, tôi phát hiện ra đó là một công ty đa cấp. Tôi đã rất hoang mang.

Tuy nhiên, công ty này làm ăn đúng luật, lại có tuổi đời hơn 50 năm ở Mỹ, tạo ra nhiều tỷ phú, bản thân tôi cũng mua một số sản phẩm từ L, tuy hơi đắt nhưng chất lượng rất tốt. Hơn nữa, bản thân L cũng rất giỏi, mới là sinh viên nhưng cậu đã có thu nhập gấp ba lần tôi. Vậy là tôi quyết định đăng ký làm nhà phân phối tuyến dưới của L.

Ngày đăng ký, một việc hiếm có đã xảy ra. Không biết vì lý do gì mà số chứng minh nhân dân (CMND) của tôi bị trùng với ai đó đã có trong hệ thống.

Hay là mình không có duyên với việc này?

"Công nhận anh xui thật," L nói. "Giờ nhanh nhất là anh mượn CMND của bố để đăng ký, cái này chỉ là mã số thôi. Làm vậy, sau này bố anh cũng có thể tham gia cùng luôn."

Tôi hơi ngại vì sợ bố không đồng ý. Nhưng nghĩ tới cảnh lúc mình thành công, bố từ Nga về tự nhiên lại có một tài sản lớn mang tên mình, tôi thích lắm. Chưa kể cơ hội đến mà không chớp lấy thì bao giờ mới giàu? Tôi nhớ mình đọc đâu đó rằng phải làm những thứ mình chưa bao giờ làm, mới có được những thứ mình chưa bao giờ có. Thế là tôi mạnh dạn mang CMND bố để ở nhà đi đăng ký mà chẳng cần thông báo với ông.

Sau ấy, tôi tham gia nhiều buổi huấn luyện của công ty để tìm hiểu sản phẩm, cách bán hàng, và đặc biệt là tư duy làm giàu, cảm giác như bước vào một thế giới khác. Từ ấy, tôi cũng bắt đầu đọc sách làm giàu của các tác giả như T Harv Eker, Robert Kiyosaki, Adam Khoo, v.v... và họ giúp tôi nhận ra đúng là mọi kết quả trong cuộc sống, đều bắt nguồn từ trong tư duy và nhận thức của mỗi chúng ta.

Tôi vừa hào hứng lại vừa lo lắng. Hào hứng vì những điều học được rất mới lạ, còn lo vì không biết mình làm được không. Nhờ L hay hỏi thăm, và đặc biệt câu chuyện cậu ấy vay bố mẹ vài triệu để khởi nghiệp đã truyền cảm hứng mạnh mẽ cho tôi tiếp tục. Tôi nhập thêm hàng, gọi điện, giới thiệu cho bạn bè, người thân và đã có thành công ban đầu. Tôi nghĩ bán hàng cũng không quá khó, nên tôi lại nhập số lượng lớn hơn trước.

Tiếp đến, L giúp tôi tuyển thêm một số bạn tuyến dưới, thấy tôi e ngại về thiếu kỹ năng lãnh đạo thì L nói, "Anh Hưng tiềm năng lắm, yên tâm có em và anh P hỗ trợ, chắc chắn anh sẽ sớm thành công!"

Chưa bao giờ tôi được nghe nhiều lời khích lệ như vậy, chưa kể là những câu chuyện rất cảm hứng. Đặc biệt trong mỗi hội thảo, các anh em lúc nào cũng hô hào quyết tâm khí thế lắm, làm tôi cảm giác mình như lính cảm tử vậy!

Còn nhớ tối nọ, anh P mời nhóm tôi tới một quán cà phê sang trọng trên tầng thượng một tòa nhà 10 tầng. Anh đã kể chúng tôi nghe chuyện anh đã từ bỏ công việc lương cao của một công ty truyền thông để bắt đầu từ con số 0. Sau 2 năm, lương đã cao gấp mấy lần công việc cũ. Nghe đến đấy, tôi thèm rớt nước miếng. Kể cả cô giám đốc công ty cũ tôi đang làm, lương chưa chắc đã bằng P lúc này.

Trước khi chia tay, anh P dặn, "Muốn bay cùng đại bàng thì phải tránh xa lũ vịt. Phải hành động thôi!"

Sau hôm ấy, tôi liên tục mơ mộng về những điều anh P chia sẻ. Bố mẹ sẽ không phải sống vất vả, con cái sau này sẽ hưởng thành quả. Tôi muốn nhanh chóng nghỉ việc để có thể đầu tư nghiêm túc, nhưng vẫn e ngại gia đình. Thế nên, tôi cố gắng làm cả hai.

Sẵn tiền tiết kiệm của mình, thêm cả tiền bố gửi từ nước ngoài về, tôi lại nhập thêm hàng để tăng điểm tích lũy. Sau 3 tháng, lên được cấp độ đầu tiên, tôi sướng lắm. Thế là sau nhiều ngày đắn đo, tôi gặp cô giám đốc để xin nghỉ.

Cô ấy chỉ cười và nói, "Được, em cứ trải nghiệm bên ngoài đi. Nếu không được thì quay về đây!"

Nghe câu ấy, lòng tôi nặng trĩu. Tôi rất biết ơn cô giám đốc và cô chú đã giúp mình, nhưng tôi vẫn muốn làm giàu.

Sau đó theo gợi ý của anh P, tôi đầu tư để biến văn phòng của nhóm thành quán cà phê, kết hợp bán hàng. Tôi mua tủ đông, tủ lạnh, máy xay, cốc chén, nhập nguyên liệu về để làm sinh tố, pha cà phê. Một mình, tôi vừa pha chế, vừa tính tiền, vừa rửa chén, vừa tiếp khách, vừa bán hàng.

Mọi chuyện có vẻ tốt đẹp cho tới vài tháng sau, tôi bắt đầu cảm thấy mệt mỏi. Hàng hóa nhập về bán rất chậm, vì bạn bè người thân chỉ mua ủng hộ những lần đầu. Tuyến dưới của tôi cũng gặp khó khăn hay sao mà liên hệ chẳng ai bắt máy. Anh P cũng thấy vậy nhưng cũng chỉ động viên qua loa. Còn L thì có vẻ như cũng bận rộn nên tôi cũng ít gặp.

Lúc đó, tôi băn khoăn lắm.

Hay là mình trở lại công việc kỹ sư? Nhưng chẳng lẽ mình chịu thất bại sao? Còn mặt mũi nào để nhìn mặt mọi người? Nhiều đêm nằm thao thức, hình như có gì đó sai sai? Cứ thế, tôi tự vấn bản thân mà không dám chia sẻ cùng ai. Tiến không được, lùi không xong, tôi thấy bế tắc.

Cuối cùng, tôi gặp anh P để nói chuyện nghiêm túc, với hy vọng anh có thể cho tôi một giải pháp cụ thể.

"Chuyện thường thôi em!" anh P nói tự tin. "Cái gì cũng có giá của nó! Làm giàu mà dễ thì ai chẳng làm được? Phải tin vào bản thân mình chứ!"

Rồi anh P bắt đầu giảng giải. Toàn những lời rất hay, nhưng não tôi cứ căng hết ra, chẳng tiếp thu được chút nào. Hơn nữa, những lời ấy cứ lặp đi lặp lại giống các lần trước, mà chẳng đi thẳng vào giải quyết vấn đề tôi đang gặp.

Linh tính mách bảo có điều gì đó không ổn. Tự nhiên mắt tôi đỏ hoe, hai hàng nước mắt rưng rưng lúc nào không hay. Đó có lẽ là lúc tôi thấm thía nhất bài học:

Quá khứ đã qua, không thay đổi được, và sẽ không ai có thể chịu trách nhiệm thay cho những lựa chọn của bạn. Mặc dù trước đó, họ có thể mạnh miệng nói rằng, "Chú yên tâm làm đi, có anh em hỗ trợ."

Sau đó, tôi tạm biệt anh P. Nếu như bao lần trước nói chuyện với P xong tôi cảm thấy hăng hái bao nhiêu, thì lần này lòng nặng trĩu bấy nhiêu, tôi cảm giác mình đang ở đáy vực của cảm xúc.

Hạnh Phúc Liệu Có Phức Tạp?

Còn nhớ hôm gặp anh P xong, trên đường về, tôi quyết định ghé qua một khu chợ tạm ven đường để mua ít rau quả. Tôi có thói quen là chỉ mua ở một hàng và không mặc cả, nên mấy chị bán hàng quen mặt luôn.

"Em trai!" chị bán hàng đon đả. "Hôm nay ăn gì nào?"

"Chị cho em nải chuối ạ!"

"Hôm nay có rau muống ngon lắm," chị bán rau ngồi cạnh nói. "Chị nhặt sẵn cho vào túi, về chỉ việc rửa qua rồi luộc thôi, chấm nước mắm chanh thì hết ý."

"Vâng! Chị cho em một túi ạ!"

"Mai lại mua hàng cho các chị nhé!" hai chị tươi cười nói.

Tôi đáp lại bằng một nụ cười hiếm hoi trong ngày.

Tôi nhận thấy mình đã lâu không có được tiếng cười sảng khoái như các chị ấy. Trông các chị hạnh phúc thật, làm tôi chỉ ước mình có một gánh hàng rau, ngồi bán ven đường như vậy, để khỏi phải căng thẳng như lúc này. Ngẫm lại, tôi mong muốn một công việc có thể mang lại cho tôi hạnh phúc, nhưng giờ tôi lại làm nó trong đau khổ.

Tôi phải làm gì bây giờ?

Hôm sau, tôi ở lỳ trong phòng trọ, không làm gì cả. Cảm giác tuyệt vọng bao trùm. Chợt tôi nhớ lại vụ CMND khi xưa như một điềm báo vậy. Chưa kể là những lời người thân đã ngăn cản mình.

Còn nhớ trước khi quyết định mở quán cà phê không lâu, mẹ đã gọi cho tôi. "Hưng ơi! Sao con lại bán hàng đa cấp?"

"Mẹ biết rồi ạ?" tôi nói, giọng hào hứng. "Công ty này ổn lắm, con học được rất nhiều!"

"Mày có điên không?" mẹ gắt lên. "Bỏ ngay đi! Quê mình người nhiều đứa bị bọn nó lừa đấy. Học cái tốt không học, toàn đi học mấy thứ vớ vẩn. Quay về công ty cũ đi!"

"Mẹ an tâm," tôi trả lời nhẹ nhàng. "Công ty cũ vẫn còn đó. Mà con có bằng kỹ sư, không làm ở đó thì làm chỗ khác."

"Sao thằng này cứng đầu thế? Bọn nó cho mày ăn bùa mê, thuốc lú gì à? Nếu làm nữa thì đừng vác mặt về nhà nữa!"

Mẹ tôi hét lên rồi tắt máy.

Bình thường mẹ chẳng bao giờ nói với tôi với giọng đó. Có lẽ vì trước giờ mẹ rất thương và tự hào về tôi, đứa con ngoan ngoãn, lại là người đầu tiên trong họ nội đỗ đại học. Giờ đây, nó đã tự quyết định bỏ ngành, để *khởi nghiệp* kinh doanh... đa cấp. Mẹ còn mặt mũi nào để nhìn hàng xóm láng giềng và mọi người trong nhà nữa?

Còn nhớ lúc tôi kể cho L và anh P cuộc nói chuyện với mẹ, hai người chỉ nhìn nhau cười.

"Có gì đâu!" anh P nói. "Công việc này lúc đầu ai cũng bị phản đối hết ấy mà."

"Anh cứ làm đi!" L động viên. "Sau này thành công mẹ anh sẽ hiểu. Cần thì bố mẹ em sẽ chia sẻ với bác nhà mình."

Nghĩ tới khoảnh khắc đó mà tôi ứa nước mắt. Giá mà mình nghe lời mẹ, thì mọi chuyện giờ đã khác. Tôi đã để cho lòng tham dẫn lối. Giờ thì tiền mất, tật mang, tôi còn mặt mũi nào gặp mẹ và mọi người nữa đây?

Cảm giác tội lỗi bao trùm, tôi chẳng còn muốn làm gì nữa cả. Tôi ước mình nhận ra bài học này sớm hơn:

Mọi quyết định dựa trên lòng tham, sẽ chẳng dẫn bạn tới đâu cả. Bởi vì khi tới một cái đích nào đó, sớm muộn bạn sẽ lại ham muốn và tiếp tục bước đi mà thôi.

Nằm vật vờ trong phòng trọ, tự nhiên tôi nhìn hàng sách của Adam Khoo trên kệ. Trong đó có cuốn tôi rất thích là cuốn Tôi Tài Giỏi! Bạn Cũng Thế. Tôi nhớ hình như đằng sau sách có giới thiệu khóa học nào đó cùng tên. Biết đâu lại có giải pháp cho vấn đề của mình?

Nghĩ vậy, tôi tìm hiểu và đăng ký tham gia khóa học ngay sau đó, và đấy quả là một lựa chọn đúng đắn.

Những trải nghiệm của khóa học khiến tôi cảm thấy như được sinh ra lần thứ hai. Tôi còn nhớ mãi một ý tưởng trong khóa học: Ai cũng có một quyền lực tuyệt đối, là quyền lựa chọn. Mỗi lựa chọn đều có một kết quả tương ứng. Muốn kết quả khác thì phải lựa chọn khác đi.

Vì sự yếu đuối mà tôi đã để sự nghiệp của mình vào tay người thân quyết định, dù biết nó không hợp với mình. Vì lòng tham mà tôi đã lựa chọn đi theo L và P, dù biết nó không hợp với mình.

Giờ đây, dù tôi cũng chưa biết điều gì là hợp nhất với mình, nhưng đã đến lúc tôi lựa chọn sống cuộc đời của chính mình.

Tôi đã khóc.

Khóc rất nhiều.

Những giọt nước mắt rơi trên lá thư tôi viết để gửi cho chính bản thân mình, trong đó có đoạn:

Hưng à! Tôi tha thứ cho bạn, tôi biết Hưng đang trải qua giai đoạn thật tồi tệ. Nhưng nếu Hưng không giúp chính mình thì không ai giúp được. Gánh nặng trên đôi vai bấy lâu cần phải được bỏ xuống. Không thể để nó đè nát cuộc đời Hưng được. Hưng phải thay đổi!

Sau ấy, tôi quyết định buông hết *xiềng xích* đã níu giữ mình suốt bao ngày qua. Tâm trí tôi trở nên nhẹ nhõm, lạc quan, yêu đời, hạnh phúc hơn.

Sau khi đã *buông* được *gánh nặng tinh thần*, tôi buông tiếp *gánh nặng vật chất*. Tôi đã tặng hết đống hàng của công ty cho bạn bè người thân, và bước vào ngôi nhà thứ hai của cuộc đời với tâm hồn ngổn ngang những tổn thương.

Đó là Coach Family, đội ngũ hỗ trợ khóa học, nơi tôi có cơ duyên gặp được rất nhiều người bạn tài năng, trong đó có Nam Phương, và bắt đầu hành trình mới, nơi tôi khám phá ra những tiềm năng trong mình, và thực hiện các lựa chọn dựa trên mục đích tốt đẹp hơn, chứ không chỉ vì ham muốn kiếm tiền.

Lựa Chọn Có Hệ Quả Của Nó

9 năm sau, lúc này tôi đã là Trainer của chính khóa học đã từng thay đổi mình ngày xưa. Bên cốc cà phê trong văn phòng trên tầng 16 của một tòa nhà, tôi ngắm dòng người hối hả mà chợt nhớ những kỷ niệm xưa.

Đã có ngày tôi cũng ngồi trong một quán cà phê sang trọng trên tầng thượng một tòa nhà 10 tầng, uống cà phê cùng với anh P và cả nhóm. Tôi vẫn còn nhớ không gian ấy, tiếng nhạc du dương, mùi tinh dầu thơm nhẹ.

"Các em uống cà phê ở đây bao giờ chưa?" Anh P hỏi.

"Dạ. Chưa anh ạ!" Chúng tôi cười đáp.

"Các em biết sự khác biệt giữa những người ngồi đây với những người uống trà đá dưới chân tòa nhà là gì không?"

"Em nghĩ người ngồi đây nhiều tiền hơn," tôi đáp.

"Đúng, nhưng chưa đủ. Có người nhiều tiền vẫn uống trà đá vỉa hè. Anh em mình dù tiền chưa nhiều nhưng vẫn ngồi đây. Sự khác biệt là chúng ta dùng tiền để mua trải nghiệm. Từ khâu đón tiếp, không gian, âm thanh, ánh sáng, chỗ ngồi đều nằm trong chi phí của cốc nước mình uống."

"Anh nói chuẩn quá!"

"Hưng vào hệ thống này là may cho em đấy. Toàn những anh em trẻ trung, năng động. Muốn đi nhanh thì đi một mình, muốn đi xa thì hãy đi cùng nhau. Em hiểu chứ?"

"Dạ em hiểu ạ!"

Thời gian trôi nhanh thật, cũng đã lâu lắm không nghe tin tức từ mọi người. Tôi nghĩ giờ này anh P đã thành công lắm rồi. Đội nhóm ấy chắc đã phải cùng nhau đi xa lắm rồi. Thế là tôi thử lên và google thông tin về anh P.

Gì thế này!

Tôi có nhìn nhầm không vậy, cộng đồng khởi nghiệp do anh P làm thủ lĩnh đã được... lên báo, lên cả truyền hình VTV1 nữa.

VTV.vn - Qua các chiêu trò lừa đảo, những sản phẩm thực phẩm chức năng được bán với giá rẻ từ vài chục nghìn đồng đến 100.000 đồng đã được "hô biến" thành "thần dược".

LAO ĐỘNG

Media Thời sự Xã hội Công đoàn Thế giới Kinh doanh Văn hóa - Giải trí Thể thao Bạn đọc

Một cộng đồng khởi nghiệp lọc lừa, không từ thủ đoạn nào

NHÓM PHÓNG VIÊN · Thứ tư, 02/10/2019 17:27 (GMT+7)

Trong vai người trẻ tuổi với khát vọng khởi nghiệp, PV Báo Lao Động đã được tuyển dụng vào Cộng đồng khởi nghiệp FAA Enterprise (chi nhánh Hà Nội) và phát hiện ra sự thật đau lòng. Tại đó, các bạn trẻ mới chập chững vào đời sẽ được huấn luyện cách tiếp cận và lừa lọc người bệnh qua điện thoại hòng bán ra những liều "thần dược" rởm với giá cắt cổ.

Một cộng đồng khởi nghiệp lọc lừa, không từ thủ đoạn nào, tựa đề do báo Lao Động đặt.

Theo đó, những sản phẩm của công ty đa cấp trước đây, kết hợp với những sản phẩm *thần dược* khác được nhóm của anh P bán với giá gấp 10 lần giá trị thực. Chưa kể là giá cả cũng rất *linh hoạt*, một phóng viên của báo đã ghi lại được buổi đào tạo nội bộ của nhóm P, trong đó có chi tiết giảng viên nói. "Khách hàng khó tính bán 1 triệu rưỡi, còn dễ tính cứ bán 3 triệu cho chị."

Đáng nói hơn là những người trong hệ thống của anh P đa phần là các bạn trẻ, sau 3 ngày đào tạo là đều có thể trở thành những *chuyên gia* tư vấn sức khỏe, và bắt đầu kiếm tiền trên mồ hôi nước mắt của người khác.

Đọc tới đó, tôi thở dài.

Vì ham muốn làm giàu nhanh, mà anh P bất chấp tất cả thủ đoạn, và đã dẫn dắt mọi người đi quá xa. Cuối cùng, anh ấy cùng đồng đội đã phải trả giá. Bị pháp luật trừng phạt là một chuyện, còn cả một *bản án lương tâm* nữa chứ. Tôi cũng thấy mình may mắn, vì hồi đó đã dừng lại kịp trước khi bị cơn lũ ham muốn cuốn đi.

Khi bình tĩnh nhìn lại, và biết thêm nhiều thông tin

về anh P như vậy, tôi lại càng thêm thấm thía về cơn lũ của lòng tham cũng như hệ quả của nó. Đầu tiên, tôi tự hỏi khi ấy tại sao P thúc đẩy chúng tôi *ôm* rất nhiều hàng, kể cả có quá sức của mình như vậy?

Hóa ra lý do thật đơn giản.

Trong kinh doanh đa cấp, tuyến dưới mua càng nhiều, thì tuyến trên sẽ được cộng điểm, được tăng cấp độ, kèm thêm nhiều lợi ích khác. Vì thế mà P ra sức thúc đẩy anh em phấn đấu để đạt các cấp độ cao hơn, thậm chí còn có chiêu cho tuyến dưới vay tiền mua hàng, để mình được cộng điểm nữa chứ!

Rồi mỗi lần họp hành hay hội thảo, đều có hình ảnh nhà hàng 5 sao, chân dài xinh đẹp, ca sĩ nổi tiếng biểu diễn, du thuyền trên biển, du lịch nước ngoài dành cho những danh hiệu cấp cao. Những thứ này nhằm kích thích ham muốn của mọi người, ai cũng ao ước một ngày nào đó mình sẽ đạt được danh hiệu cao nhất để sở hữu những thứ ấy, và bắt đầu mua nhiều hàng hơn với hy vọng sẽ bán được cho tuyến dưới của mình, và tiếp tục tăng cấp độ.

Ham muốn cứ thế nối tiếp ham muốn, và tôi đã bị cuốn vào đó tới mờ cả mắt. Chưa kể là thật ra trong vụ quán cà phê, tôi đã bị lợi dụng mà không hề hay biết. Tiền thuê mặt bằng là 10 triệu, các bạn khác trong nhóm chia nhau đóng 5 triệu, còn 5 triệu còn lại... là tôi *đầu tư* làm quán cà phê.

Đúng là lòng tham làm mờ con mắt, vô lý như thế mà tôi cũng chấp nhận? Vì tham mà tôi không biết mình đã bị lợi dụng. Vì tham mà tôi không biết điểm dừng, như gặp đèn đỏ mà cứ lao đi. Tôi đã phải trả giá không chỉ là sự mất mát tiền bạc, mà còn là sự căng thẳng, cô đơn, buồn chán suốt một thời gian dài.

Mà tính tôi vốn là người sống tình cảm, nên đã lên chung thuyền với ai là rất khó chia tay họ. Cũng may mắn khi tôi được gặp gỡ những người anh em trong khóa học Tôi Tài Giỏi. Họ đã truyền cảm hứng để tôi dũng cảm ấn nút tạm dừng, buông bỏ gánh nặng đè trên lưng bấy lâu, để làm lại từ đầu, để sang một chương mới trong cuộc đời.

Dù không phải là *triệu phú về tiền bạc* nhưng chắc chắn tôi là một *triệu phú về tình thương*. Vì tôi suốt 10 năm qua, tôi đã nhận được rất nhiều love notes, những lá thư cảm ơn từ hàng ngàn học viên mình đào tạo.

Về phần L, sau khi tôi nghỉ, L cũng làm thêm ít lâu rồi cũng *buông* để tập trung cho tốt nghiệp đại học. Rồi cậu đi làm kỹ sư thiết kế cho một công ty nổi tiếng. Khi tích lũy đủ kinh nghiệm, L mở công ty riêng về thiết kế nội thất và rất thành công khi liên tục có những đơn hàng lớn. Hiện L đã lập gia đình, có một cậu con trai kháu khỉnh.

Muốn đi nhanh thì đi một mình, muốn đi xa thì đi cùng nhau. Thật ra câu đó tôi thấy chỉ đúng một nửa. Điều quan trọng nhất khi muốn đi xa, là bạn phải xem xét những người đi cùng, đặc biệt là điều gì đang thúc đẩy họ?

Nếu động lực bắt nguồn từ ham muốn, thì dù có đi xa tới đâu, cũng sẽ không bao giờ thấy đích đến.

Cơn lũ ham muốn có sức mạnh thật ghê gớm, nó đã lấy đi của tôi rất nhiều thứ, nhưng cũng để lại cho tôi nhiều bài học sâu sắc, trong đó lớn nhất là sự *buông bỏ*. Buông bỏ ở đây không phải là sự trốn tránh, mà là biết chịu trách nhiệm với những lựa chọn của mình. Những lựa chọn giúp cho tâm trí mình bình an hơn, nhẹ nhõm hơn, để đón chào những điều tươi mới hơn từ cuộc sống.

ĐÓ LÀ TÔI, CÒN BẠN THÌ SAO?

Bạn có câu chuyện nào tương tự, hay rút ra bài học nào cho bản thân sau khi nghe câu chuyện trên không?

-

-

-

Bạn thấy cơn lũ này có đặc điểm gì? Và theo bạn thì bài tập nào trong sách sẽ giúp bạn vượt qua nó?

-

-

-

Cơn Lũ Nghi Ngờ

ĐƯỜNG ĐẾN VỚI ƯỚC MƠ

Sống mà không có ước mơ, thì đâu khác gì bạn đã chết. Nhưng sống với ước mơ mà không ai ủng hộ, thì cũng đau đầu phết. Không chỉ là sự cô đơn, mà bạn sẽ còn phải đối mặt với một cơn lũ rất khó chịu. Đó là cơn lũ nghi ngờ, dẫn tới lo lắng, sợ hãi, và đủ thứ cảm xúc khác.

Từ hồi sinh viên cho tới cuối 2015, tôi gắn bó với công ty TGM Hà Nội (sau này đổi tên là Smartskill), với khởi điểm là một Copywriter, chuyên viết lách. Lúc ấy, tôi khá chắc chắn rằng niềm đam mê của mình là viết lách, vì chỉ cần động tay vào bàn phím, tôi có thể viết một mạch vài tiếng liền mà không biết chán.

Bên cạnh đó, tôi cũng tham gia đội ngũ Coach giúp tổ chức khóa học, và tôi thích nhất là vị trí Program Assistant. Nói vậy cho chuyên nghiệp, chứ công việc chính là chuẩn bị nước nôi, bánh trái, chỉnh loa mic, bấm slide cho các Trainer. Nghe có vẻ nhàm chán, nhưng ưu điểm là tôi có thể xem trọn vẹn nhiều bài thuyết trình cuốn hút của các Trainer. Thế là tự lúc nào không hay, trong tôi nhen nhóm ước mơ một ngày nào đó mình cũng sẽ trở thành Trainer, truyền cảm hứng cho hàng trăm học viên như vậy.

Tôi nghi ngờ không rõ mình có làm được hay không. Vì tôi đã luyện để viết lách khá tốt, nhưng nói chuyện trước đông người thì... không ai nghĩ người hướng nội ít nói như tôi có thể làm Trainer, và bản thân tôi cũng vậy.

Sau đó không lâu, tôi đã thực hiện một việc dại dột với hy vọng xua tan nỗi nghi ngờ trong mình. Đó là chia sẻ ước mơ của với hai người tôi yêu quý: Bố và mẹ. Bạn phải biết rằng, trước đó họ đã đầu tư biết bao tiền ăn học để tôi trở thành sinh viên đại học Ngoại Thương, khoa tài chính ngân hàng danh giá.

Bạn nghĩ họ sẽ phản ứng thế nào khi tôi về nhà và nói như thế này với họ, trong niềm hứng khởi tràn đầy?

"Bố mẹ à, con sẽ bỏ ngân hàng, con sẽ trở thành diễn giả!"

Bố nói, "Khùng hả con?"

Mẹ nhìn tôi như muốn nói, "Thôi con, diễn thật đi, đừng có... diễn giả!"

Sự nghi ngờ bản thân trong tôi đã được nâng lên một tầm cao mới. Liệu một người hướng nội, ít nói, dành 80% thời gian trong ngày cắm mặt vào máy tính như tôi, liệu có thể thuyết trình trước đám đông? Liệu *anh hùng bàn phím* như tôi có thể trở thành *anh hùng sân khấu* như người ta?

Hàng loạt câu hỏi hiện ra, khiến tôi nản chí.

Ước mơ ấy có lẽ đã chết yểu, nếu như tôi không được xem clip thuyết trình của Darren Lacroix, nhà vô địch diễn thuyết thế giới năm 2001.

"Những người càng yêu quý bạn, họ sẽ càng không muốn bạn vấp ngã." ~ Darren Lacroix.

Tôi vẫn còn nhớ như in lời của Darren. Đúng thật, nhiều khi người thân không ủng hộ chúng ta không phải vì họ không ưa bạn, mà ngược lại, họ quá yêu quý bạn. Do vậy, đừng vội trách họ, nhưng cũng đừng vội nghe họ. Bởi vì vấp ngã, cũng là một cách tiến về phía trước, nhanh hơn gấp đôi.

Vì thế, tôi cứ làm thôi.

Khi công ty có đợt tuyển Trainer, tôi đã đăng ký tham gia ngay. Tận dụng thế mạnh viết lách, tôi đã viết rất chi tiết nội dung bài nói và thuộc lòng như cháo chảy. Có lẽ do sự chuẩn bị tốt, mà lần thi đầu tôi đã thành công. Tôi vẫn còn nhớ mãi khoảnh khắc anh Trainer *đại ca* của công ty đã ôm tôi nói, "Chào mừng em gia nhập đội ngũ Trainee!" (hồi đó công ty tôi có một văn hóa là Free Hug).

Sau trải nghiệm ấy, tôi nhận ra một điều thú vị. Đó là sự nghi ngờ giống như một đám mây mù cản đường bạn đến với mục tiêu. Sự thật là bạn có thể đi xuyên qua mây mù cơ mà? Thứ thực sự ngăn cản bạn, chính là những niềm tin hạn chế bên trong tâm trí mà thôi.

Sau đó, những tưởng tôi sẽ được tham gia các khóa đào tạo đặc biệt và trở thành Trainer mau chóng, nhưng phong cách huấn luyện của công ty là bạn phải chủ động tự đào tạo bản thân. Quyền lợi khi trở thành Trainee là được xem Trainer đi trước thực hiện bài nói và đặt câu hỏi. Điều đó giải thích cho việc lúc đầu có khoảng gần chục người đỗ đợt ấy cùng tôi, nhưng sau này cứ *rơi rụng* dần chỉ còn vài người. Mãi sau này, tôi mới biết đó chính là cách tuyển Trainer của công ty, vào rất dễ, nhưng tốt nghiệp thì...

Liệu tôi có thể trụ lại không, hay là cũng *rơi rụng* nốt?

Một cảm giác nghi ngờ không hề nhẹ.

Tuy nhiên, bài học xuyên qua mây mù vẫn còn, tôi và các Trainee còn lại động viên nhau, rồi lập CLB thuyết trình nho nhỏ để duy trì cảm hứng bước tiếp, dù chỉ là những bước nhỏ xíu. Còn nhớ hồi ấy, để được thăng cấp Trainer, tôi phải sưu tập đủ 300 giờ đầu tiên, bằng cách tích cực diễn thuyết miễn phí tại các trường học. Tới giờ, tôi vẫn còn nhớ mãi trải nghiệm độc nhất vô nhị ấy.

"Xin chào tất cả các bạn!" giọng của tôi đã oang oang trên cái loa phường vậy đấy.

Phải đứng đó bạn mới biết cái cảm giác khi đứng trước sân trường, thuyết trình với loa phường, không chỉ cho cả ngàn học sinh, phụ huynh, mà còn cả những người bán hàng rong bên kia đường.

Lúc ấy, tôi nhận ra công việc Trainer không dễ như mình tưởng. Những gì tôi thấy trước đây, từ cảnh Trainer bước lên sân khấu tự tin nói, khán giả vỗ tay rào rào, tất cả chỉ là phần nổi của tảng băng. Phần chìm của nó là những tháng ngày luyện tập vất vả, và ở công ty tôi lại càng khó khăn hơn, vì chuẩn mực của tập đoàn Adam Khoo có nhiều đòi hỏi rất khắt khe. Ngoài số giờ đào tạo, thì còn một yêu cầu lớn cũng là điểm yếu của tôi, là phải gây cười cho học viên. Có lẽ họ tin rằng, khi học viên há miệng ra cười, kiến thức sẽ qua đường mồm và ở lại lâu hơn?

Sau một chương trình nọ, tôi có gặp vị sếp đáng kính của mình trong văn phòng. Nếu ở đó cùng tôi, bạn sẽ cảm thấy điều hòa phả hơi mát lạnh, nhưng bạn sẽ được truyền hơi ấm bởi bài nói ngắn gọn mà đầy động lực của sếp.

"Anh nghĩ em không có năng khiếu."

Câu nói ấy như cái búa tạ, giáng đòn chí tử vào

ước mơ trở thành Trainer chính thức của tôi. Đúng thật, trong bài nói gần nhất, tôi đã phát hiện ra năng khiếu của mình. Tôi có thể kể chuyện cười mà mọi người... im lặng lắng nghe.

Khoảnh khắc ấy, trái tim tôi như rỉ máu, nhưng một suy nghĩ đã truyền cảm hứng cho tôi: Nếu một người không có năng khiếu như tôi, có thể thực hiện được một ước mơ đòi hỏi phải có năng khiếu, thì sẽ tuyệt vời thế nào?

Thế là tôi vâng dạ, và lặng lẽ tận dụng *động lực* mà sếp truyền cho để tiếp tục theo đuổi ước mơ và quyết tâm xuyên qua bằng được đám mây mù này.

Giờ đây, con đường như trở nên rõ hơn với mục tiêu đầu tiên: Làm cho mọi người trong công ty cười.

Tôi đã đầu tư cả trăm đô để mua trọn bộ clip các nhà vô địch thuyết trình quốc tế, cũng như các khóa học để khám phá sự thật đằng sau những tiếng cười trên sân khấu.

Vài hôm sau, tôi đã làm được.

Tôi đã thực hiện một bài nói 9 phút. Trong đó thì 8 phút đầu tiên tôi đã cho mọi người xem clip của Darren Lacroix. Ông ấy nói rất hài, mọi người cười rần rần.

Phút cuối cùng, tôi đã khiến mọi người cười to hơn

khi mạnh dạn tuyên bố. "Sáu tháng nữa, em sẽ có thể thuyết trình như ông ấy!"

Dù mọi người cười vì sự ngờ nghệch của tôi, nhưng ít nhất thì... tôi đã đạt mục tiêu là khiến họ cười. Nỗi nghi ngờ về năng khiếu của bản thân đã tan biến.

Tôi vẫn còn nhớ mãi câu nói của Darren, "Năng khiếu cũng chỉ là một quy trình có sẵn trong não. Nếu bạn khám phá ra, và luyện thành phản xạ, bạn sẽ có năng khiếu!"

Với niềm tin mạnh mẽ *mọi thứ đều có thể, vấn đề là phương pháp*, tôi đã tìm mọi cách để áp dụng những phương pháp thuyết trình của các nhà vô địch vào bài nói của mình. Chưa đầy một năm sau, tôi được công nhận Trainer chính thức của khóa học, một điều mà trước đó ít ai nghĩ rằng tôi có thể làm được, và sau này trở thành một trong những chuyên gia đào tạo về phương pháp học tập và rèn luyện não bộ của công ty.

Khi đứng chụp ảnh cùng với các Trainer của công ty hồi đó, trong lòng tôi mừng thầm và khắc sâu bài học: Mọi nghi ngờ, suy cho cùng cũng chỉ là mây mù, và sự thật là bạn có thể bước qua nó. Nếu có vấp ngã, thì bạn cũng sẽ tiến về phía trước nhanh hơn mà thôi.

Những tưởng sau khi vượt qua mây mù của nghi ngờ, con đường phía trước sẽ trở nên tươi sáng, nhưng cuộc đời không ai đoán trước được điều gì, mà trên trời thì lúc nào cũng có nhiều mây lắm!

Một Mình Giữa Đảo... Đông

Mọi thứ đều suôn sẻ cho tới tháng 10 năm 2015. Lúc ấy, tôi không chỉ là một Trainer chính thức và uy tín hàng đầu của khóa học, mà còn xuất bản thành công cuốn sách đầu tay: Numagician - Những Con Số Ảo Thuật. Các anh chị trong công ty đã giúp tôi thực hiện xong hết mọi thủ tục xuất bản, tôi cảm giác mọi thứ đều đang đi đúng hướng. Tuy nhiên, đúng lúc sách in xong, thì công ty có biến cố.

Do vấn đề về bản quyền, và sự thay đổi định hướng của ban lãnh đạo, mà tôi sẽ không còn cơ hội giảng dạy khóa học mình yêu thích, thế là dự định bán hàng ngàn cuốn sách cho các học viên tương lai đã tan tành mây khói, chưa kể là công ty cũng sẽ giải thể. Tôi đứng trước nguy cơ... thất nghiệp, cùng niềm đam mê cháy bỏng của mình!

Bạn thừa biết bố mẹ tôi sẽ nói gì khi biết tin đó, đúng không?

"Đã bảo rồi mà..."

Phải rồi, trước đấy, khi họ nói rằng công việc của tôi không bền vững, bỏ ngân hàng là một quyết định sai lầm, tôi đã cãi lại hăng lắm. Giờ đây, tôi phải đối mặt với thực tế phũ phàng, đang diễn ra theo đúng những gì mà họ đã từng dự đoán.

Tiếp theo tôi sẽ làm gì đây? Tìm công việc mới ư? Nhưng tôi đâu có kinh nghiệm xin việc? Từ hồi sinh viên tới giờ tôi chỉ làm duy nhất ở công ty đó, vì được... mời về làm. Hay là mình sang công ty mới của ban lãnh đạo mở ra? Nhưng điều gì sẽ xảy ra nếu chuyện này tái diễn? Liệu mình có thất nghiệp tiếp sau nhiều năm cống hiến?

Hàng loạt câu hỏi cứ thế hiện ra trong tâm trí tôi, và cuối cùng, trong đám mây mù hoài nghi ấy, có một câu hỏi đầy cảm hứng đã ngoi lên:

Hay là mình bắt đầu sự nghiệp riêng?

Có bao giờ bạn đặt mục tiêu kinh doanh thứ gì đó chưa? Theo bạn thời điểm tốt nhất để khởi nghiệp là lúc nào?

Câu trả lời là lúc bạn thất nghiệp.

Vì lúc đó, bạn chẳng còn gì để mất. Khi một chị ở công ty cũ rủ tôi thành lập công ty mới, tôi đã nhận lời ngay. Chị ấy sẽ giúp tôi bán cuốn sách đầu tay, còn tôi sẽ giúp chị ấy bán… bánh mì chay. Nghe cũng vần điệu nhưng chẳng liên quan tới nhau, song mối hợp tác này rõ ràng là có lợi, nên chúng tôi nhanh chóng triển khai ngay.

Thế là cuối năm 2015, cửa hàng... KFChay đầu tiên ở Việt Nam đã ra đời, và cũng là cửa hàng cuối cùng. Đầu 2016, sau vài tháng hoạt động, tiệm bánh mì đã sập, công ty ấy đã giải thể, tôi lại thất nghiệp một lần nữa.

Người ta nói, "Khi một cánh cửa đóng lại, đâu đó sẽ có một cánh cửa khác mở ra."

Tôi thấy đúng thật, sau đó ít lâu, một người bạn cũ của tôi liên hệ. Anh ấy là giáo viên tiếng Anh, hiện đang ở Phú Quốc, và muốn rủ tôi ra đó để thực hiện một dự án khởi nghiệp thú vị. Có lẽ đây là cơ hội tuyệt vời để tôi tiếp tục thực hiện ước mơ của mình?

Thế là tôi không ngại đặt vé máy bay tới Phú Quốc với một niềm tin mạnh mẽ: Mình sẽ vừa đi du lịch, vừa làm việc, tới khi... hết tiền thì về.

Bước chân xuống máy bay, hít thở làn gió biển vi vu, tôi cảm giác mình giống như Robinson thời hiện đại, nhưng không phải trên đảo hoang, mà là trên một hòn đảo đông đúc, để bắt đầu một sự nghiệp mới mà theo thống kê, rất ít người dám đi theo nó, chứ đừng nói tới việc thành công.

Sau đó, chúng tôi tạo ra dự án Ouchmaster, một trang web giúp bạn học tiếng Anh theo một cách mới lạ. Bạn viết bài, sẽ có người bản xứ sửa lỗi sai cho bạn. Đòn đau nhớ đời, học qua lỗi sai, là cách học hiệu quả nhất. Ý tưởng thì hay, nhưng sau một tháng, trang Web đã dẹp tiệm.

Tôi sẽ làm gì tiếp theo đây?

Bạn biết Đặng Lê Nguyên Vũ, tỷ phú cà phê Trung Nguyên chứ? Khi hai vợ chồng đưa nhau ra tòa để tranh chấp khối tài sản hơn 7.500 tỉ đồng. Ông đã rất đau khổ, và thốt lên một câu hỏi nổi tiếng, "Tiền nhiều để làm gì?"

Tôi tin rằng nếu ông ấy trả lời câu hỏi ấy cách đây hàng chục năm, trước khi giàu có, thì có lẽ mọi sự đã khác. Và tôi cũng ước rằng, mình đã trả lời một câu hỏi quan trọng này, trước khi làm bất cứ việc gì.

"Mục tiêu đó để làm gì?"

Tại sao câu hỏi này lại quan trọng?

Nếu dạo bước cùng tôi trên bãi cát trắng mịn của bãi Sao ở Phú Quốc, bạn sẽ thấy tôi đang nghe một Audio khóa học chuyên sâu do T.Harv Eker trực tiếp giảng dạy. Ông đã giúp tôi nhận ra sai lầm mà rất nhiều người đã mắc phải trên con đường làm giàu, khiến họ ngày càng lạc lối trong mây mù, và rơi vào một trong hai tình huống:

Hoặc là đau khổ vì không thực hiện được mục

tiêu, hoặc là thực hiện được mục tiêu, nhưng vẫn đau khổ.

Nguyên nhân là họ không xác định mình là ai, mà cứ đặt ra các mục tiêu không liên quan tới con người bên trong, hay liên quan tới các giá trị của mình. Điều này dẫn tới việc nếu thành công, thì cũng không trọn vẹn.

Ngẫm lại, chị từng mở KFChay cùng tôi có quen giám đốc của công ty sách nổi tiếng, nên tôi muốn học đòi làm theo. Một nhà sách bạn tới đó đọc sách và ăn bánh mì chay, cũng hay nhưng chẳng liên quan tới tôi, lúc đó đang là một Trainer.

Rồi dự án Ouchmaster là do tôi có một người bạn mở trung tâm tiếng Anh rất thành công. Tôi cũng muốn học đòi làm điều gì đó tương tự, tôi sẽ có được cơ ngơi như anh ấy, tôi sẽ là người thành đạt như anh ấy, và nó cũng chẳng liên quan tới tôi, lúc đó đang là một Blogger.

Tôi đã đặt ra những mục tiêu dựa trên ham muốn nhất thời, mà không gắn liền với việc mình là ai, dẫn tới thường xuyên nghi ngờ bản thân, động lực tạo ra không bền vững, thất bại là điều khó tránh khỏi.

Với kinh nghiệm đào tạo hàng trăm tỷ phú hạnh

phúc và thành công trọn vẹn trên thế giới, T. Harv Eker khuyên bạn làm điều ngược lại:

Trước khi đặt ra bất cứ mục tiêu nào, bạn cần xác định mình là ai, có kết quả gì, và bạn sẽ biết chính xác những điều mà mình cần làm mỗi ngày. Tất nhiên, câu hỏi tôi là ai ở đây không phức tạp như các triết gia hay đặt ra, rồi tìm mãi không ra câu trả lời, nó đơn giản chỉ là một quyết định mà thôi.

Từ khoảnh khắc nhận ra sai lầm ấy, tôi đã từ bỏ hết những cách đặt mục tiêu trước đây: Nào là mục tiêu phải to lớn, phải có thời hạn, phải đo lường được này nọ. Tôi dành một thời gian thư giãn, tĩnh tâm ở bãi biển, nghiền ngẫm về mọi thứ mình làm trước đây.

Trong quá trình đó, tôi cũng thực hành các bài định tâm, bình tâm. Chúng giúp tâm trí tôi sáng tỏ hơn. Cuối cùng, tôi đã ra một quyết định, giúp xua tan mọi mây mù trong mình:

Tôi sẽ là một tác giả.

Mọi thứ đều liên quan tới nhau, khi bạn quyết định mình là ai, lập tức bộ não thiên tài sẽ được kích hoạt, các mục tiêu sẽ tự động xuất hiện, bạn sẽ tự biết mình cần phải làm gì, và bộ não sẽ liên tục kích thích bạn làm điều đó.

Một tác giả thì sẽ có những gì?

Tôi thấy mình có hơn 50 đầu sách.

Tôi thấy mình có một Blog hàng triệu người đọc.

Tôi thấy mình có nhiều bạn bè cũng là tác giả.

Tôi thấy mình có những buổi thuyết trình với độc giả.

Và để có những điều đó, tôi cần làm gì mỗi ngày?

Tôi cần học hỏi nhiều hơn, đọc sách nhiều hơn.

Tôi cần học cách viết lách tốt hơn.

Tôi cần học cách làm Blog chuyên nghiệp hơn.

Tôi cần học cách thuyết trình tốt hơn...

Bạn thấy đấy, theo cách này, rất nhiều ý tưởng sẽ nảy ra, chỉ đường dẫn lối cho bạn hành động mỗi ngày.

Sau đó, tôi tập trung toàn tâm toàn ý vào việc viết lách. Đầu tiên là sửa sang lại Blog Fususu đã bỏ bê bấy lâu nay để bán sách Online và giải quyết hết đống sách đang nằm ngổn ngang trong gầm giường nhà bố mẹ.

Thấm thoát đã hơn 6 năm đã trôi qua, giờ đây nhìn lại tôi đã không ngờ là mình đã có nhiều khác biệt đến thế. Ngoài 7 cuốn sách đã xuất bản, 20 đầu sách trên Google Play, tôi cũng tự dịch tới 6 cuốn sách của mình sang tiếng Anh.

Tôi đã và đang sống với ước mơ của mình:

Một tác giả tự do, vừa du lịch, vừa viết lách.

Tôi chợt nhận ra một bài học quan trọng mà cuộc sống muốn nhắn nhủ với tôi sau hành trình vừa rồi:

Khi bạn xác định mình là ai, các mục tiêu sẽ trở nên rõ ràng. Khi bạn đã tập trung cao độ vào việc thực hiện mục tiêu, thì mọi khó khăn đều chỉ là viên đá ven đường, mọi nghi ngờ cũng chỉ là mây mù. Hãy cứ xuyên qua mây mù và tiến bước, kiểu gì bạn cũng sẽ tới đích.

ĐÓ LÀ TÔI, CÒN BẠN THÌ SAO?

Bạn có câu chuyện nào tương tự, hay rút ra bài học nào cho bản thân sau khi nghe câu chuyện trên không?

-

-

-

Bạn thấy cơn lũ này có đặc điểm gì? Và theo bạn thì bài tập nào trong sách sẽ giúp bạn vượt qua nó?

-

-

-

CƠN LŨ CHÁN GHÉT

HƯNG TƯƠI
Sống để yêu thương! ♡

Khi còn làm ở công ty cũ, trong một lần đi công tác ở Thái Bình, tôi có quen hai bác Đ và M. Cả hai đều là những kỹ sư xây dựng lão luyện, rất giỏi chuyên môn. Hai bác đều từng ở trong quân đội, đã về hưu, nhưng vì công ty thiếu người nên phải thuê hai bác tham gia dự án. Đúng là một khi đã giỏi, thì khỏi lo thất nghiệp!

Đây là dự án lớn đầu tiên tôi được tham gia, lại được đi ngoại tỉnh nên tôi phấn khích lắm. Mới ra trường, tinh thần học hỏi còn cao, tôi thấy các bác có những đức tính rất hay mình có thể học hỏi, như là tính kỷ luật và tập trung trong công việc, cũng như sự tự chủ và vô tư trong cuộc sống. Ba bác cháu thuê một căn nhà gần công trường, tự đi chợ, nấu nướng như một gia đình. Hai bác nấu ăn rất ngon, tôi phụ trách rửa bát, dọn dẹp. Mọi chuyện đều ổn, chỉ trừ việc là hai bác đều hút rất nhiều thuốc lá. Trung bình, mỗi ngày mỗi bác đều hút một bao, những ngày nào ra công trường phải hút hết hai bao thì mới... *hoàn thành nhiệm vụ*.

Tôi không hút thuốc nên cứ ngửi thấy mùi là khó chịu, nhưng vì nể hai bác nên phải cố chịu đựng. Còn nhớ những lúc ngồi trong nhà trọ, hai bác vừa mải mê nói chuyện vừa hút, khói thuốc đuổi theo tôi khắp ngóc ngách trong nhà. Suốt vài tháng như vậy, tôi cảm thấy không thể chịu được nữa, nên quyết định mạnh dạn nói chuyện với hai bác.

"Cháu thấy hút thuốc lá rất có hại. Hai bác có thể giảm bớt được không ạ?"

"Ơ! Cái thằng này hay nhỉ?" bác M nói. "Các bác hút mà có hại thì tự các bác chịu, chứ cháu thì có sao đâu?"

"Dạ, nhà mình kín, khói thuốc ám hết vào quần áo, chăn màn ấy ạ! Với cháu cảm thấy khó chịu với khói thuốc."

"Cháu an tâm!" bác Đ nói. "Rồi sẽ quen thôi. Làm xây dựng có ai là không hút thuốc? Không có nó, sao thức đêm, sao tỉnh táo? Hay là cháu làm thử một điếu?"

Hai bác nhìn nhau, rồi cười khà khà.

"Bác có ý thế này," bác Đ nói tiếp. "Mỗi khi các bác hút, cháu chỉ cần ra ngoài hít khí trời cho thoáng. Rồi lúc các bác không hút thì cháu lại vào nhà."

"Ơ! Nhưng có lúc nào là hai bác không hút đâu ạ?"

"Có chứ!" bác M nói. "Cháu có thấy ai vừa đánh răng vừa hút thuốc không?"

"Cháu chưa thấy ạ!"

"Chưa kể là lúc ngủ," bác Đ bổ sung. "Hai bác có hút đâu?"

Nói xong câu đấy, hai bác lại nhìn nhau và cười lớn. Tôi biết là mình bị hai bác trêu. Nhưng hút thuốc đã là thói quen bao nhiêu năm rồi, việc thay đổi hai bác này là chuyện bất khả thi. Tôi phải làm sao bây giờ?

Một lần nọ, tôi bị viêm họng, ho khản cả tiếng. Tôi ra hiệu thuốc, mua thuốc ho về uống nhưng chẳng đỡ chút nào. Cứ đến tối, về nhà trọ lại ngửi mùi thuốc lá nên cơn ho lại càng dai dẳng, dồn dập. Khó chịu quá, tôi tìm đến bệnh viện Đại Học Y Thái Bình để khám. Bác sĩ khám bệnh, chiếu chụp các kiểu đã kết luận, tôi bị viêm phế quản cấp tính. Sau khi kê một loạt thuốc, bác sĩ đã hỏi chuyện tôi.

"Cháu có hút thuốc lá không vậy?"

"Dạ! Cháu không ạ! Nhưng cháu làm việc với những người có hút thuốc."

"Vậy là cháu hút thuốc lá thụ động rồi!"

Rồi bác sĩ giải thích trong khói thuốc có hơn chục chất gây ung thư, và khói thuốc tỏa ra từ đầu điếu thuốc còn độc hơn khói thuốc do người hút trực tiếp vào phổi gấp 26 lần. Do đó những người hút thuốc thụ động như tôi, nguy cơ ung thư nhiều khi còn cao hơn cả người hút trực tiếp!

Tôi nghe vậy mà tá hỏa!

Cầm hồ sơ khám bệnh, lòng tôi nặng trĩu. Tôi hình dung ra cảnh vài năm nữa mình cũng bệnh tật đầy người như hai bác Đ và M. Bác Đ bị tiểu đường, ngày nào cũng phải uống cả tá thuốc Tây. Bác M thì bị gút nặng, ở mắt cá chân và khủy tay nổi cục to tướng. Đó đều là những bệnh mãn tính, nguyên nhân có thể là thói quen rượu bia, ăn nhiều đạm.

Nếu như thế, thì tiền kiếm ra cũng lại mang đi chữa bệnh hết. Nó có đáng để tôi phải đánh đổi sức khỏe của mình? Vừa lo lắng, vừa sợ hãi, trong tôi nảy sinh sự chán ghét khi nghĩ tới cảnh vừa về nhà trọ, là phải hít khói thuốc của hai bác Đ và M. Đây cũng là một trong những lý do khiến tôi bắt đầu không thích công việc kỹ sư xây dựng.

Tất Cả Liệu Có Đáng?

Một lần ra công trường, tôi có làm việc với một anh tên là B, quê ở Hải Dương. Sau khi trò chuyện về công việc xong, chúng tôi tâm sự chút ít.

"Anh ơi! Em thấy nghề xây dựng không chỉ vất vả mà còn tổn hại sức khỏe nữa!"

"Sao em lại nói vậy?" anh B nói, vén bắp tay còm nhom của mình lên, nhìn sang tôi và cười. "Em không thấy anh khỏe như trâu đây à?"

"Trời! Người anh thì khác gì em? Trông như que củi khô ấy! Em đã đen rồi, anh lại còn đen hơn."

Anh B thở dài, rồi chia sẻ câu chuyện của anh. Có những công trình, có những dự án anh phải xa nhà cả vài tháng liền. Nhiều khi nhớ vợ, nhớ con quá mà không dám gọi về, vì cứ hình dung ra vợ con là lại rớt nước mắt.

"Anh phải giữ gìn sức khỏe đấy," tôi nói. "Uống ít rượu, hút ít thuốc lá thôi. Chứ bệnh tật như hai bác Đ và M thì mệt lắm!"

"Trông anh vậy chứ lâu rồi chẳng ốm đau gì. Rượu thì phải tiếp khách nên không bỏ được. Còn thuốc lá thì trước đây mỗi ngày hút một bao. Giờ thì anh bỏ luôn rồi."

"Ôi!" tôi tròn xoe mắt. "Sao anh bỏ được vậy?"

"À, sau khi vợ anh sinh con. Có lần cháu nó bị ốm, ho hắng suốt ngày. Anh đưa đi khám thì bác sĩ bảo bị viêm phế quản, nguyên nhân có liên quan tới việc anh hút thuốc."

"Vậy là anh bỏ luôn được thuốc lá?"

"Cũng không dễ chút nào. Bỏ được vài bữa ở nhà, ra công trường thấy các anh em hút, rồi mời mình nữa, đâu nỡ từ chối. Thế là dăm ba bữa anh hút trở lại."

"Sau đó, anh làm thế nào?"

"Có một lần đi công tác, một ông cụ chỉ anh cách ông ấy bỏ thuốc, đó là *dùng độc trị độc*. Anh nghe theo, mua hai bao thuốc mới, sau đó hút liên tục không dừng. Ôi! Chẳng nhớ anh hút được bao nhiêu điếu nữa. Chỉ biết là anh hút đến mức cổ họng đau rát, nước mắt giàn giụa, ho khản cả tiếng. Sau bữa đó, anh sợ thuốc lá tới già!"

"Anh liều thế, không may bị làm sao thì khổ?"

"Lúc đó anh nghĩ đến vợ con. Anh không thể cứ như vậy mãi được. Cũng may trời thương, không bị sao. Chứ không thì cũng ân hận lắm chứ!"

Nói xong, anh B cười khà khà đầy tự hào.

Anh B cũng theo nghề được hơn 5 năm, cũng có

nhiều kỉ niệm, vui có mà buồn cũng có. Vui là vì có thể biến một mảnh đất trống thành một công trình có ích cho mọi người. Còn buồn là bởi vì nghề này cũng tiềm ẩn lắm rủi ro. Từ việc bị ngã trầy xước chân tay, đến việc bị vật nặng rơi vào người, chấn thương là điều khó tránh. Vì thế, anh luôn nhắc nhở công nhân đảm bảo an toàn.

"Nghề nó gắn liền với nghiệp rồi Hưng ạ!" anh B nói trước khi chúng tôi chia tay. "Giờ còn trẻ thì phải phấn đấu thôi. Hy sinh đời bố, củng cố đời con, phải không em?"

Tôi tự hỏi không biết sau này mình có phải *hy sinh* như anh B không? Thường xuyên xa vợ con như thế thì buồn thật, chẳng biết mình có trụ nổi với nghề này không nữa? Trong đầu tôi cứ lảng vảng mấy câu hỏi như vậy, và chúng lại càng làm tôi cảm thấy chán công việc hiện tại, và bị cuốn sâu hơn vào cơn lũ chán ghét lúc nào không hay, khiến tôi không thể tập trung như trước nữa.

Lúc đó, tôi là nhân sự của công ty nên được giao nhiệm vụ quản lý tài chính cho cả nhóm. Cuối mỗi tháng, tôi phải gửi báo cáo về cho cô giám đốc xem. Ban đầu mọi thứ đều ổn định, do ngày nào cũng cẩn thận ghi chép thu chi vào File Excel. Nhưng càng về sau, tôi càng không có tâm trạng thực hiện việc đó, nên có tháng số tiền chi tiêu đã vượt hạn mức 70%, tôi phải tự giác bỏ tiền túi của mình bù vào. Lương thì chẳng được là bao, nên tôi càng căng thẳng, chẳng thể tập trung làm tốt việc nào cả.

Tôi thật sự bế tắc.

Giả sử lúc đó có ông thầy bói vui tính xuất hiện, nói với tôi rằng mọi chuyện rồi sẽ ổn, vài năm nữa tôi sẽ trở thành một thầy giáo truyền cảm hứng, chắc chắn tôi sẽ đáp, "Thôi thầy, con thì truyền cảm cúm chứ cảm hứng gì? Sao cuộc đời con xui xẻo thế này không biết?"

3 năm sau kể từ ngày hình dung ra cái ông thầy bói vui tính đó, tôi không ngờ tôi đã trở thành một người thầy đứng trên bục giảng của chính khóa học đã từng thay đổi mình khi xưa. Nhiều học viên trong khóa học đã viết rất nhiều những love notes ý nghĩa gửi tôi, mà đến giờ tôi vẫn còn giữ trong một chiếc hộp trang trọng.

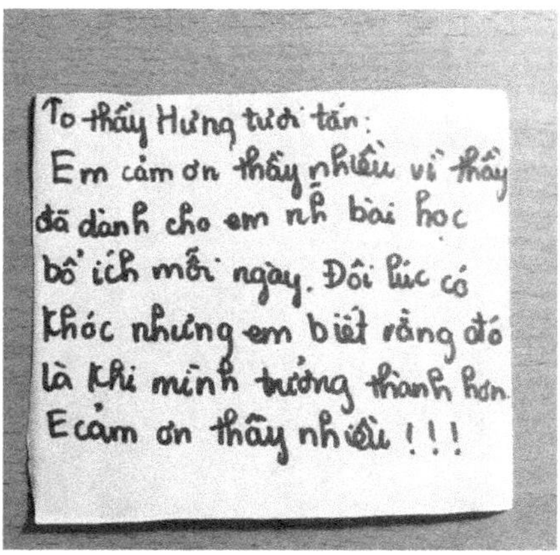
To thầy Hưng tươi tắn:
Em cảm ơn thầy nhiều vì thầy đã dành cho em nh bài học bổ ích mỗi ngày. Đôi lúc có khóc nhưng em biết rằng đó là khi mình trưởng thành hơn. E cảm ơn thầy nhiều !!!

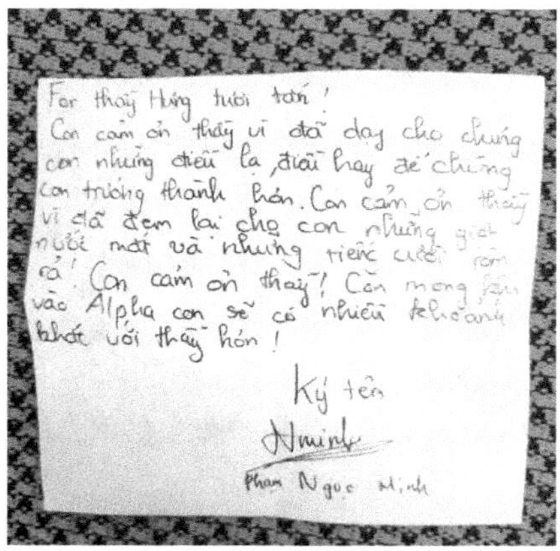
For thầy Hưng tươi tắn!
Con cảm ơn thầy vì đã dạy cho chúng con những điều lạ, điều hay để chúng con trưởng thành hơn. Con cảm ơn thầy vì đã đem lại cho con những giọt nước mắt và những tiếng cười rôm rả! Con cảm ơn thầy! Con mong sau vào Alpha con sẽ có nhiều khoảnh khắc với thầy hơn!
Ký tên
Nminh
Phạm Ngọc Minh

"Gửi thầy Hưng Tươi Tắn,

Con cảm ơn thầy vì cho chúng con những điều lạ, điều hay để chúng con trưởng thành. Cảm ơn thầy vì đã đem lại cho con những giọt nước mắt và những tiếng cười rôm rả. Con mong vào Alpha sẽ có nhiều khoảnh khắc với thầy hơn.

Ký tên: Phạm Ngọc Minh,

học sinh lớp 6 trường Alpha."

"Cảm ơn thầy đã làm thức tỉnh con người thực sự của em. Em đã tìm lại được sự mạnh mẽ, tự tin, can đảm vốn có. Em nhất định sẽ sống xứng đáng với sự hy sinh của bố mẹ, thầy cô và những người yêu thương em.

Ký tên: Phạm Ngọc Khánh."

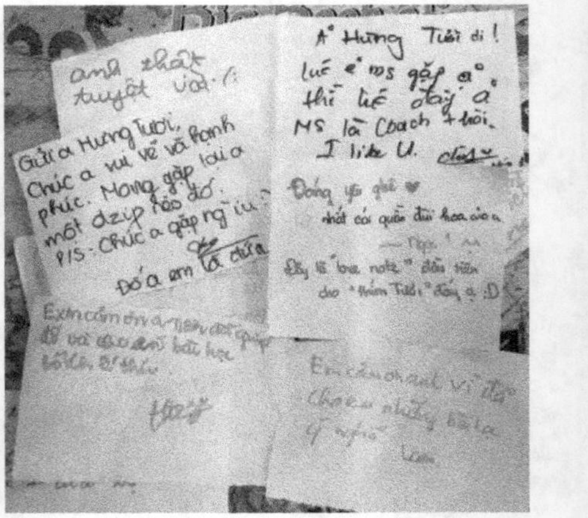

"8 ngày vừa qua là 8 buổi học vô cùng đáng nhớ với em. Nhớ những lần em được thưởng sô-cô-la, được vui chơi cùng các bạn và thầy Hưng. Lần đầu tiên em có người thầy, vừa là anh, vừa là bạn rất đáng yêu và xì tin nữa. Chưa bao giờ em có một người thầy hiểu và gần gũi như vậy. Thỉnh thoảng em thấy thầy post ảnh, status trên Facebook rất hay và nó truyền cảm hứng cho em nhiều lắm.

Chúc thầy mọi điều may mắn, đẹp trai hơn và đào tạo được nhiều cử nhân hơn.

Sống yêu thương!

Ký tên: Lê Huyền Trâm."

Nhờ những lá thư đáng yêu này, mà tôi biết những câu chuyện mình kể đã để lại nhiều cảm xúc và bài học giá trị. Mỗi lần nhìn lại chúng, cũng như *hòm love notes* tôi lưu trữ 10 năm qua, là tôi cảm thấy tràn đầy năng lượng.

Bạn còn nhớ *2 chìa khóa vàng* giúp chúng ta làm bạn với cảm xúc chứ? Bằng một cách nào đó, tôi đã sử dụng chúng để vượt qua cơn lũ chán ghét này.

Thứ nhất là việc chấp nhận cảm xúc

Khi viết thư cho bản thân trong khóa học hồi ấy, tôi hồi tưởng lại tất cả những giây phút mình từng làm tổn thương chính mình. Khi đó, những khoảnh khắc làm việc với hai bác Đ và M hiện ra rõ nét trong tâm trí. Tôi nhận ra, từ việc chán ghét hành động hút thuốc, uống rượu bia, thành ra tôi chán ghét luôn cả con người của hai bác. Đúng là *ghét của nào trời trao của ấy*, trong gia đình tôi cũng có nhiều người hút thuốc. Từ em trai, bố tôi, đến các cậu, các chú trong gia đình, đa phần đều hút thuốc! Tôi rất khó chịu mỗi khi thấy mọi người cầm điếu thuốc lên hút.

Cảm xúc chán ghét quá lớn đã che mờ đi những cảm xúc tích cực khi tôi ở cạnh mọi người.

Tôi đã quên đi những điểm tốt của hai bác ấy. Hai bác lúc nào cũng vui tính, giúp cho công việc của chúng tôi trở nên bớt áp lực; rồi những bữa ăn rất ngon hai bác nấu làm tôi có cảm giác đi công tác mà thoải mái như ở nhà; chưa kể là tình yêu công việc mãnh liệt nữa, nghỉ hưu rồi mà hai bác nắng mưa, vẫn sẵn sàng ra công trường như bình thường. Rồi những người thân yêu của tôi, dù họ hút thuốc, nhưng đâu có *hút đi* những điều tốt đẹp nào của tôi, mà có lúc tôi lại khó chịu với họ? Tôi đâu thể nào chỉ vì hành vi đó mà ghét tất cả mọi người được?

Tôi từng nghe Thiền sư Thích Nhất Hạnh chia sẻ một ẩn dụ rất thâm thúy. Nếu bạn đổ một thìa muối đầy vào một cốc nước, nó sẽ trở nên mặn đến nỗi không thể uống được. Tuy nhiên, nếu bạn đổ cũng thìa muối đó xuống sông, người ta vẫn có thể lấy nước sông tắm rửa, nấu nướng và thậm chí là uống. Nếu bạn cho phép trái tim mình nhỏ bé như cốc nước, thì nó sẽ có giới hạn của nó. Khi ai đó làm bạn tổn thương, giống như họ đổ muối vào, cốc nước ngày càng mặn, trái tim bạn ngày càng xót xa. Còn nếu trái tim bạn rộng mở như dòng sông, thì dù người ta có đổ bao nhiêu muối xuống, cũng sẽ không thể nào làm bạn đau khổ.

Thế nên, tôi học cách chấp nhận cảm xúc *chán ghét*, cho phép nó đến rồi đi như bao cảm xúc khác. Khi nó qua đi, tôi cảm thấy lòng mình nhẹ nhõm vô cùng.

THỨ HAI LÀ CÂY BÚT TÂM TRÍ

Trong một lần trò chuyện với em trai, tôi hỏi, "Em có biết hút thuốc lá rất có hại không?"

"Em biết! Nhưng thi thoảng em mới hút. Nhất là khi buồn ngủ, đang lái xe em hay làm một điếu cho tỉnh táo."

Nhiều lần tôi cũng có hỏi những người hút thuốc khác câu hỏi ấy, và nhận được câu trả lời tương tự. Ai cũng biết hút thuốc lá có hại, nhưng họ luôn tìm được cho mình một lý do nào đó hợp lý để tiếp tục hút.

Tôi chợt nhận ra, những người hút thuốc cũng có nỗi khổ riêng. Cũng có lúc họ không hài lòng về bản thân, cũng có lúc muốn bỏ thuốc, thậm chí có người còn ghét cả bản thân mình nữa. Nên vì thế họ cũng cần được hiểu, cần được thương như bao người khác. Khi nghĩ được như thế, tôi cảm thấy lòng mình trở nên cực kỳ nhẹ nhõm, và thậm chí còn phát sinh cảm xúc tích cực. Tôi thầm gửi lời mong cầu tốt đẹp đến với họ. Và ông trời dường như đã bắt đầu đáp lại lời thỉnh cầu của tôi.

Kể từ ngày em trai tôi đón cô con gái đầu lòng, bạn ấy cũng gần như bỏ hẳn thuốc lá. Không cần phải dùng đến quy trình cai thuốc cao siêu nào. Không có lý do nào mạnh mẽ bằng lý do *vì thương con nên bố sẵn sàng làm tất cả*.

Bác Đ, bác M dù vẫn lựa chọn gắn bó với công việc xây dựng, nhưng đã dành nhiều thời gian cho gia đình hơn. Đi công tác xa, khi về nhà là luôn có những phần quà đặc biệt dành cho vợ con.

Anh B vốn bản tính hiền lành, được lòng mọi người, chuyên môn giỏi nên được thăng chức nhanh chóng. Anh cũng chú trọng vào sức khỏe, biết cân bằng giữa công việc và cuộc sống hơn.

Sau này khi tham gia khóa thiền Vipassana, tôi mới biết đó là sức mạnh của tâm từ. Vào cuối mỗi thời thiền, thầy đều hướng dẫn chúng tôi gửi những luồng suy nghĩ tích cực đến với mọi người, từ những người thân yêu, cho tới cả những người đã làm chúng tôi tổn thương trong quá khứ. Sự chán ghét sẽ chỉ nuôi dưỡng sự chán ghét, còn tình thương sẽ không chỉ hóa giải cả chán ghét, mà còn phát sinh thêm tình thương trong chính chúng ta.

ĐÓ LÀ TÔI, CÒN BẠN THÌ SAO?

Bạn có câu chuyện nào tương tự, hay rút ra bài học nào cho bản thân sau khi nghe câu chuyện trên không?

-
-
-

Bạn thấy cơn lũ này có đặc điểm gì? Và theo bạn thì bài tập nào trong sách sẽ giúp bạn vượt qua nó?

-
-
-

Cơn Lũ Lười Biếng

FUSUSU®

Game Nào Đồ Họa Đẹp Nhất?

Thú thật với bạn, vào thời điểm viết dòng này trong sách, là lúc tôi mới vượt qua một cơn lũ lười biếng có thể nói là lớn nhất trong lịch sử hơn 30 năm tồn tại trên trái đất của mình. Khi lười, thường mỗi người sẽ tìm tới một thú vui nào đó, xem phim, lướt web, còn tôi thì là... chơi game.

Có thể bạn nghĩ thật lạ, U30 rồi mà vẫn chơi game?

Đó là sự thật, tuổi thơ tôi một phần lớn thời gian gắn liền với game, và không hiểu sao tôi cũng khá tự hào với nhiều thành tích của mình trong thế giới game này. Ngày bé, tôi từng *cày* gần hết 700 games của Nintendo, rồi khi trưởng thành, tôi thi thoảng vẫn chơi game cái cớ là... học tiếng Anh. Vì các game tôi chơi thường là dạng nhập vai RPG (Role-Play Games), và tất cả đều bằng tiếng Anh.

Số là trong dịp tết Âm Lịch 2021 (đầu 2022 Dương Lịch), sau khi tổng kết năm và thấy mình cũng đạt được khá nhiều thành tựu nổi bật, như sở hữu kênh Tiktok cả trăm ngàn follow chỉ trong một tháng, rồi dịch sách, viết sách mới, ra khóa học mới. Tôi nghĩ mình cần phải *hưởng thụ* tí xíu, thế là tôi đã cho phép mình *ôn lại tuổi thơ* bằng thói quen xưa cũ là... chơi game.

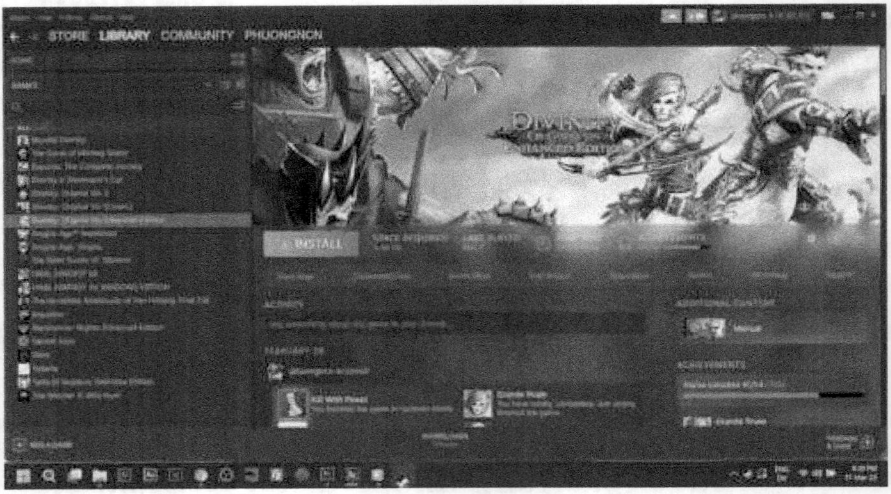

Sau đó, tôi đã hoàn tất series game nhập vai nổi tiếng Divinity Original Sin, và tôi đã giật mình khi nhìn vào tổng số giờ chơi mình bỏ ra cho chúng.

Theo thống kê tài khoản Steam của tôi lúc đó, tôi đã dành hơn 180 giờ chơi cho phần I, và gần 280 giờ chơi cho phần II, tổng là khoảng 460 giờ chơi. Tôi đã sốc, vì ngày xưa *cày* thuyết trình cả năm mới được khoảng 300 giờ, mà giờ *cày* game một tháng đã vượt cái mốc đó!

Có thể nói, tôi chưa bao giờ dành nhiều thời gian cho một tựa game tới như vậy. Mấy game dài nhất tôi từng chơi là các tựa Final Fantasy, chúng lên tới 15 phần, nhưng mỗi phần thường chỉ 30 - 40 giờ là hoàn tất. Cũng may là game này họ không có phần III, chứ không thì tôi nghĩ là giờ này mình vẫn có thể đang mải mê *phá đảo thế giới ảo* ấy, chứ chưa thể quay lại cuốn sách này để gặp bạn.

Cơn lũ lười biếng đó đã cuốn tôi ra khỏi rất nhiều đam mê xưa cũ, làm biết bao kế hoạch trở nên dang dở. Ngoài cuốn sách này, blog và kênh Tiktok đang lên của tôi cũng bị bỏ bê, những ngày đầu mỗi ngày một clip, mà giờ tốc độ đã giảm xuống... mỗi tuần chưa được một clip, chưa kể là các khóa học mãi chưa hoàn tất. Lúc đó tôi mới thấm thía một ý tưởng mình được nghe trong clip của nhà vô địch diễn thuyết thế giới 1993, Otis Williams Jr.

"Đố bạn đâu là nơi giàu nhất trên trái đất? Đáp án là... nghĩa địa. Vì đó là nơi chôn cất nhiều nhất những ước mơ, những ý tưởng tuyệt vời nhất chưa được thực hiện."

Tôi nhớ có những ngày mình đã xóa game rồi đi ngủ, rồi nửa đêm bật dậy tải game về chơi tiếp. Thành ra dù biết là không tốt cho sức khỏe, nhưng nhiều đêm tôi vẫn *cày* liền 12 tiếng không biết mệt mỏi. Sau một thời gian mà ngày chỉ ăn một bữa, rồi... lại *cày game*, tôi đã gầy đi rõ rệt.

Một lần nọ, sau khi mới xóa game xong, tôi có tâm sự với anh Hưng. "Đợt này em tự nhiên nghiện game anh ạ?"

Anh Hưng chỉ cười và nói, "Cái gì cũng có giai đoạn, chắc là phải phá đảo xong mới hết!"

Nghe vậy, tôi quyết tâm lắm. Tôi đã tải lại game một lần nữa, và... quyết tâm *phá đảo!*

Khổ cái điều làm tôi say mê game này không phải vì đồ họa đẹp hay cốt truyện hay, mà vì hệ thống chiến đấu của nó. Theo thống kê, các game thủ có thể hoàn tất nó trong khoảng 100 giờ. Còn tôi *chiến* tới 200 giờ như vậy là vì dành rất nhiều thời gian mua bán, lắp ráp những món vũ khí khiến cho nhân vật trong game trở nên hoàn hảo, rồi chưa kể là dành vô khối thời gian để thử kết hợp các phép thuật mới, nhằm hạ quái vật trong vài nốt nhạc.

Dù thế nào đi nữa, gợi ý của anh Hưng đã tỏ ra hiệu quả. Sau khi quyết tâm tới mức phá đảo game ấy tới tận 2 lần, tôi đã xóa nó, và quay trở lại việc quay clip và viết sách với cảm hứng tràn đầy. Giờ đây, cứ mỗi lần quay xong một Clip, hay viết thêm được một trang sách tôi lại cảm thấy mình như được *tăng level* trong game vậy.

Tôi chợt nhận ra một sự thật:

Cho dù trò chơi điện tử có đồ họa đẹp thế nào đi chăng nữa, thì vẫn thua xa trò chơi cuộc đời.

Theo Roger Clark, một giáo sư kiêm nhiếp ảnh gia, thì mắt của bạn có độ phân giải 576 megapixel. Tức là nếu tin đồn iPhone 14 Pro có thể quay clip Full HD 8k là thật, thì mắt của bạn có thể quay clip 96k!

Điều quan trọng hơn là cho dù bạn có phá đảo thế giới ảo, dù bạn có trở thành anh hùng trong đó bao nhiêu lần đi nữa, thì tất cả những gì bạn làm chỉ là ở nguyên một chỗ, ngón tay nhúc nhích bấm mấy cái nút cả chục ngàn lần mà thôi. Thế nên, tôi quyết định dừng lại trò chơi điện tử, để tiếp tục trò chơi cuộc sống.

Tuy thế, đời không như mơ, và lười biếng giống một người bạn rất nhiệt tình, nhiệm vụ của anh ấy là khiến bạn cảm thấy vui vẻ hơn bằng mọi cách. Khi tôi đã dừng lại được việc chơi game, thì anh bạn Lubi đã ngay lập tức gợi ý cho tôi thú vui tao nhã tiếp theo, với lời mời chào hấp dẫn.

"Phương à, cậu viết sách, quay clip, làm toàn những việc phi thường, ít người làm được. Nếu không chơi game, cậu có thể tự thưởng cho mình bằng một tập phim."

PHIM NÀO CÓ CỐT TRUYỆN HAY NHẤT?

Lão Tử từng nói, "Hành trình vạn dặm, bắt đầu bằng một bước chân." Fususu tôi nói, hành trình *cày phim* bắt đầu bằng... tập đầu tiên.

Sau khi vượt qua đợt sóng đầu tiên của cơn lũ lười biếng là game, tôi phải đối mặt với đợt sóng tiếp theo, cũng là một thú vui tao nhã tuổi thơ: xem Anime (phim hoạt hình của Nhật). Tôi đã hoàn tất trọn bộ gần 450 tập Anime 7 Viên Ngọc Rồng (Dragon Ball).

Rút kinh nghiệm từ đợt sóng đầu tiên, tôi đã khéo léo thực hiện một chiến thuật để không làm ảnh hưởng nhiều tới các kế hoạch hiện tại của mình. Đó là thay vì chống trả lại cơn lũ lười biếng khủng khiếp này, để rồi sau đó bị nó hạ gục, và phải trả giá bằng những giờ làm việc liên tục *bù lại*, thì tôi đã *lướt sóng* cảm xúc!

Tôi đã xen kẽ những giờ làm việc của mình bằng những giờ xem phim. Chẳng hạn bình thường tôi biên tập clip liên tục 2-3 tiếng, thì giờ đây sau khi biên tập khoảng 1 tiếng, tôi sẽ *nghỉ tay* bằng cách tự thưởng cho mình bằng một tập anime, vừa cho máy tính nghỉ ngơi, và cũng vừa thư giãn. Tất nhiên, tôi cũng không quên lựa chọn các anime có lồng tiếng Anh để kết hợp luyện nghe.

Theo nguyên lý tạo thói quen, tôi đã biến việc xem phim trở thành một phần thưởng sung sướng sau khi làm việc. Nhờ thế, tôi dần dần thấy mình cân bằng trở lại, và không còn cảm giác *nghiện* giải trí như trước đây nữa.

Khi ấy, tôi chợt nhận ra:

Dù phim có cốt truyện hay đến mấy, thì tôi cũng không thể sống trong đó. Tôi vẫn phải quay trở lại để *đạo diễn* chính bộ phim cuộc đời của mình!

Do đó, dù bạn có đang lười biếng và cho phép mình lang thang vô định ở đâu đó, có thể không phải là thế giới game hay phim như tôi, nhưng là một nơi nào đó tương tự, đang tiêu tốn thời gian quý giá của bạn, thì hãy nhớ rằng:

Dù có làm gì đi nữa thì cuối cùng bạn vẫn phải quay trở lại để hoàn tất trò chơi cuộc sống của mình mà thôi.

Bên cạnh đó, tôi cũng rút ra một mẹo đơn giản để xử lý cơn lũ lười biếng này, đó là hãy đặt mục tiêu cho việc lười biếng của bạn.

Nghe thật lạ, nhưng đó là sự thật.

Chúng ta đi học hay đi làm, đều có giờ có giấc, đều có một thứ gì đó kích hoạt việc nghỉ ngơi. Tiếng trống trường vang lên, là học sinh ùa ra khỏi lớp. Tiếng chuông báo giờ làm kết thúc, là bạn vui sướng đứng dậy khỏi bàn làm việc. Còn việc vui chơi giải trí thì hầu hết không ai chủ động đặt ra *tín hiệu kết thúc* cả. Đó là lý do cơn lũ lười biếng dễ dàng cuốn phăng họ đi lúc nào không hay.

Còn nhớ lúc chơi game, nhiều khi tôi vừa chơi vừa có cảm giác *tội lỗi*. Sao mình còn việc chưa làm mà vẫn cứ cắm mặt vào game thế này?

Tuy nhiên, mọi thứ đã khác từ lúc tôi đặt ra mục tiêu: Mình sẽ phá đảo game này và quay trở lại công việc. Khi ấy, tôi quyết tâm thực hiện và không còn cảm giác *tội lỗi* đó nữa. Khi phá đảo xong, tôi quay trở lại công việc với khí thế tràn đầy, làm việc với năng suất gấp đôi.

Việc xem phim cũng như thế. Tôi tập thói quen chỉ xem phim sau khi mình đã làm được một việc nào đó đáng kể, hoặc đã dành ít nhất 1 tiếng làm việc liên tục. Và trước khi xem, tôi cũng đặt mục tiêu mình sẽ xem 2 tập, và sau đó quay trở lại công việc.

Tôi nhận ra một điều thú vị: Khi lười biếng mà

bạn cũng có mục tiêu rõ ràng như vậy, thì tự nhiên việc kiểm soát cơn lười cũng trở nên dễ dàng hơn.

Một điều đáng chú ý khác, là trong suốt những tháng ngày *cày* game, *cày* phim chăm chỉ đó, tôi thấy mình dù có thể bỏ bê các việc khác, nhưng vẫn không quên dịch sách tiếng Anh. Đó là việc đầu tiên tôi làm mỗi ngày trong suốt cả năm qua, nay đã trở thành thói quen khó bỏ. Nó như một cái *cọc* để tôi vẫn cảm thấy mỗi ngày trôi qua, ít nhất mình cũng làm được một điều gì đó có ích trong đại dương lười biếng.

Do vậy, muốn yên ổn qua cơn lũ lười biếng, thì bạn cũng nên phát triển cho mình một thói quen giá trị nào đó, và ngày hôm đó dù có lười biếng mệt mỏi tới mấy, mà chỉ cần thực hiện được việc đó thôi, là bạn có thể yên tâm là ít nhất thì ngày đó cũng đã không lãng phí. Một khi đã hình thành thói quen, thì tin tôi đi, dù bạn có lười đến mấy, bạn cũng sẽ làm nó, y như là đánh răng rửa mặt vậy!

ĐÓ LÀ TÔI, CÒN BẠN THÌ SAO?

Bạn có câu chuyện nào tương tự, hay rút ra bài học nào cho bản thân sau khi nghe câu chuyện trên không?

-
-
-

Bạn thấy cơn lũ này có đặc điểm gì? Và theo bạn thì bài tập nào trong sách sẽ giúp bạn vượt qua nó?

-
-
-

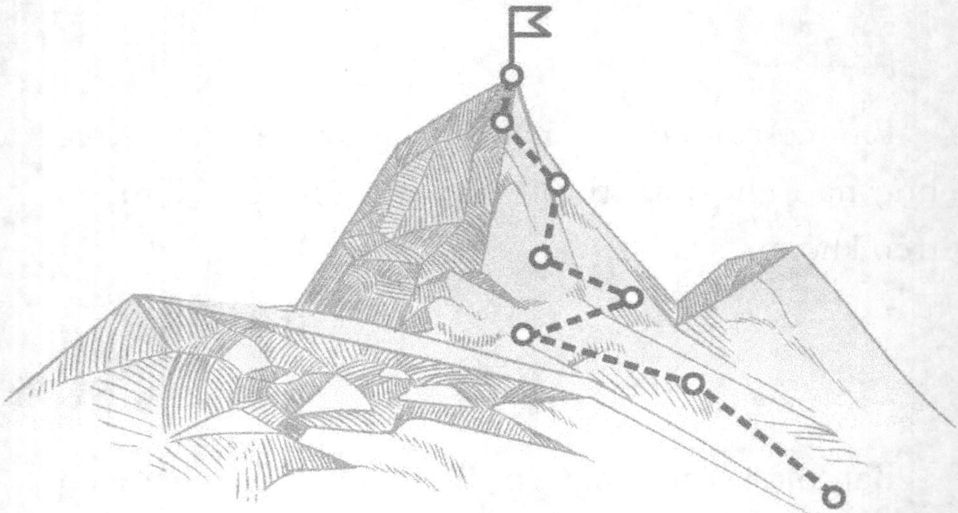

HÀNH TRÌNH TỪ TÂM HẠNH PHÚC BẮT ĐẦU

FUSUSU® HƯNG TƯƠI
Sống để yêu thương! ♡

Lời Chúc Mừng Bạn Và Đôi Dòng Tổng Kết

Chúc mừng bạn, khi đọc tới đây, chúng tôi tin rằng bạn nằm trong số ít những người trên thế giới lựa chọn một con đường ít biết: Con đường hạnh phúc từ tâm.

Bạn đã nhận ra một nguyên nhân hàng đầu khiến hầu hết mọi người không hạnh phúc, hoặc chỉ được trải nghiệm hạnh phúc ngắn ngủi. Đó là do họ đã coi hạnh phúc là đích đến, hay một kết quả cần đạt được. Hệ quả tất yếu là họ chống chọi, họ đối đầu với mọi cảm xúc xuất hiện trên đường. Họ quyết tâm vượt qua trì hoãn, hay một cảm xúc cản trở nào đó để chinh phục mục tiêu, với hy vọng kết quả mang lại sẽ khiến họ hạnh phúc.

Điều đó cũng tốt, nhưng nếu đi mãi mà không thấy đích, họ đâm ra chán nản và đau khổ. Kể cả có tới đích, họ hạnh phúc đôi chút cho tới khi nhận ra đó không phải thứ họ thực sự muốn. Họ đau khổ, và tiếp tục vòng luẩn quẩn ấy. Họ cho phép hạnh phúc của mình được quyết định bởi những thứ thuộc về thế giới bên ngoài, vốn là những thứ nằm ngoài tầm kiểm soát. Cứ như vậy, hạnh phúc trọn vẹn chẳng bao giờ nằm trong tầm tay họ.

Khi gia nhập nhóm hạnh phúc từ tâm, bạn biết rằng suy cho cùng, hạnh phúc bản chất cũng chỉ là một trạng thái của tâm trí. Giống như một đứa trẻ mới bước vào thế giới, trạng thái tự nhiên của nó là sự bình an. Sự hạnh phúc vốn có sẵn trong tâm bạn, cho tới khi những cảm xúc tiêu cực xuất hiện. Bạn chống trả, bạn căm ghét, và bắt đầu tạo ra thói quen xua đuổi cảm giác khó chịu, ưa thích cảm giác dễ chịu. Dần dần, bạn bán rẻ thời gian của mình cho cảm xúc, bạn cho phép cảm xúc làm chủ hành vi của mình, để đổi lấy những cảm giác dễ chịu và sự hưng phấn nhất thời, bạn trở thành những *con nghiện dopamine*.

Cũng giống như để trở thành một người bạn tốt với ai đó, điều đầu tiên bạn cần làm là chấp nhận họ, dù họ có xấu xí hay tính cách thế nào đi nữa. Tương tự, nguyên tắc đầu tiên để lấy lại hạnh phúc đã mất, không phải là chống chọi lại với những cảm xúc đang làm bạn đau khổ, mà là làm bạn với chúng, dù bạn có cảm thấy thế nào.

Chấp nhận cảm xúc, không có nghĩa là bạn mặc kệ

chúng. Mỗi cảm xúc xuất hiện, cũng giống như một người bạn của chúng ta gặp vấn đề. Họ cần được quan tâm, *vỗ về*. Khi bạn lắng nghe, họ sẽ dịu lại. Tương tự, khi mỗi cảm xúc đến mà bạn thấu hiểu bản chất và bình tâm *vỗ về* nó, bầu bạn với nó, thì sẽ không có bất cứ cảm xúc nào có thể quấy nhiễu và lấy đi được hạnh phúc vốn có của bạn. Trái lại, bạn sẽ chỉ ngày càng hạnh phúc hơn mà thôi.

Vì thế mà nguyên tắc số hai của những người hạnh phúc là thấu hiểu mọi cảm xúc trong mình. Chúng ta bình tĩnh để nhìn nhận lại xem cây bút tâm trí của mình đang viết hay vẽ ra những câu chuyện viễn tưởng gì về tình huống đó, rồi bạn hoàn toàn có thể viết lại câu chuyện ấy khách quan hơn, chân thực hơn, tích cực hơn, hạnh phúc hơn.

Tất nhiên, nói là một chuyện, thực thi lại là chuyện khác. Nhiều khi bạn tự dặn bản thân rằng mọi cảm xúc đều là bạn, mình cần phải bình tâm. Tuy thế, khi cơn giận lôi đình xuất hiện, người bạn cảm xúc bực tức tới chia sẻ vấn đề, lúc đầu bạn lắng nghe và đồng cảm lắm, nhưng sau đó bạn cũng biến thành thiên lôi. Hay nhiều khi bạn tự dặn mình sẽ vui vẻ ở bất cứ đâu, với bất cứ ai, kể cả có ở một mình. Tuy thế, khi người bạn cảm xúc cô đơn xuất hiện, bạn lại muốn xua đuổi họ đi!

Phòng lụt hơn chống lụt, chẳng mấy ai thấy lũ đến mới bắt đầu dựng đê. Tương tự, làm bạn với cảm xúc cũng là một kỹ năng, bạn cần kiên trì rèn luyện trong cuộc sống hằng ngày. Đó là lý do bạn được khám phá 3 bước xây hạnh phúc từ tâm, mà bản chất là giúp bạn làm chậm lại quá trình phản ứng của tâm trí với các cảm giác, để có thể tận hưởng từng khoảnh khắc trong cuộc sống.

Càng tích cực học hỏi về thế giới bên trong, thế giới của tâm trí và cảm xúc, bạn sẽ càng cảm thấy cuộc sống bên ngoài của mình đổi thay. Nó sẽ bắt đầu đẹp hơn là bạn nghĩ, sống động hơn là bạn nghĩ, và bạn sẽ nhận ra có thật nhiều thứ thú vị mà mình đã bỏ qua bấy lâu nay.

Bước 1 - Định tâm

Xã hội càng phát triển, tâm trí con người càng dễ dàng bị phân tán. Với một tâm trí có thói quen đứng núi này trông núi nọ như vậy, thì kể cả có tìm ra hạnh phúc, bạn sẽ khó mà có thể tận hưởng nó dài lâu. Các bài tập trong phần này giúp bạn gia tăng khả năng tập trung, làm nền tảng quan trọng cho các bước tiếp theo.

Bước 2 - Bình tâm

Từ bé, bạn đã đào tạo cho tâm trí thói quen phản ứng rất nhanh với các cảm giác, dễ chịu là ưa thích, khó chịu là ghét bỏ. Đây là nguyên nhân gốc rễ khiến cho cảm xúc chi phối chúng ta. Khi đã định tâm tốt, bạn sẽ bắt đầu để ý được những cảm giác trên cơ thể, gắn liền với những cảm xúc đang có. Bình tâm với chúng, bạn sẽ dễ dàng làm bạn được với cảm xúc.

Bước 3 - Phát tâm

Một quy luật của cuộc sống là càng cho đi, thì dù muốn hay không, bạn sẽ càng nhận lại. Khi đã cảm nhận được hạnh phúc bên trong, hãy lan tỏa những rung động bình an trong bạn đến với mọi người, đặc biệt là những người từng làm bạn tổn thương. Càng phát tâm buông bỏ, cho đi, và tha thứ, bạn sẽ càng mở rộng cánh cửa tâm trí để đón chào hạnh phúc.

Chẳng có hạt giống nào vừa ném xuống đất lại mọc lên ngay. Ba bước này giống một vòng lặp khép kín giúp hạt giống hạnh phúc trong bạn tăng trưởng. Định tâm là bạn lập rào chắn, bình tâm là bạn tưới nước, khi có hoa trái thì bạn không chỉ thưởng thức một mình, mà bạn phát tâm, bạn chia sẻ nó cho mọi người cùng thưởng thức. Cứ kiên nhẫn như vậy, bạn sẽ có một vườn cây trái hạnh phúc sum sê.

Việc quan trọng cần làm mỗi ngày để cây lớn lên là gì?

Đó là tưới nước.

Bạn cần linh hoạt, và kiên nhẫn áp dụng ba bước luyện tâm trong cuộc sống hằng ngày, chắc chắn sẽ tới ngày hoa trái trổ bông.

Đầu tiên hãy tập thói quen bình tâm thường xuyên, đặc biệt là sau khi tắm. Sau khi tưới nước cho bản thân, hãy nhớ tưới nước cho tâm hồn bạn. Hãy ngồi xuống 5 phút, tranh thủ sự thoải mái lúc ấy để luyện bài tập bình tâm của chúng ta.

Hãy cảm nhận từng giọt nước còn sót lại lăn trên da bạn, hay cảm giác sự xúc chạm của quần áo mới với làn da. Càng phát triển sự ý thức về mọi cảm giác, tâm trí bạn ngày càng sắc bén để có thể tận hưởng hạnh phúc thực sự. Còn những ngày bạn cảm thấy khó chịu trong người, hãy lấy đó làm cơ hội để luyện bài tập định tâm, cứ kiên nhẫn, sớm muộn tâm trí bạn sẽ bình an trở lại.

Làm như vậy, chắc chắn bạn sẽ xây dựng hạnh

phúc bền vững từ tâm, và... hoàn toàn miễn phí. Thật đấy, bạn sẽ chẳng phải mất xu nào để mua những món đồ với giá trên trời để được hạnh phúc. Bạn cũng sẽ chẳng cần phải vất vả chinh phục một mục tiêu to lớn nào đó để có được hạnh phúc. Khi bạn đủ bình tâm, bạn sẽ hạnh phúc, và những thứ ấy sẽ tự nhiên xuất hiện trong cuộc đời bạn.

Hạnh Phúc Để Thành Công

HƯNG TƯƠI
Sống để yêu thương!

Khoảng tháng 6 năm 2010, tôi đăng ký tham dự khóa học Tôi Tài Giỏi! Nâng Cao, một khóa học rất đặc biệt. Học viên sẽ không ngồi lắng nghe Trainer chia sẻ như mọi khi, vì 90% mọi thứ diễn ra ngoài trời, và chúng tôi phải vượt qua một thử thách đặc biệt có tên là Swing Log (thanh gỗ chao đảo). Do đó chúng tôi vô cùng háo hức.

Sau khi lắng nghe anh Trainer phổ biến cách thức tham gia, tôi cười khẩy và thầm nghĩ, "Trời đất, mình đóng hơn 4 triệu chỉ để đi thăng bằng qua cái thanh gỗ 4m, trông như cái như cầu khỉ tự chế đó sao? Đơn giản quá đi mất!"

Sau đó anh Trainer có đi thử cho cả lớp xem, thì chỉ đi mất chưa đầy một phút. Anh nói, "Đây là tôi đi mẫu, thực tế thì nó không đơn giản đâu. Hãy nhớ, đây là một trải nghiệm mô phỏng cuộc đời bạn, trên con đường thực hiện mục tiêu, chắc chắn sẽ có những khó khăn thử thách, và bạn sẽ cần những người đồng đội để vượt qua. Nên dù các Coach có làm gì, thì cũng đều là vì lợi ích của bạn."

Tôi vừa tò mò vừa hoài nghi về những gì anh Trainer nói, đặc biệt là cụm từ *vì lợi ích của bạn*. Không biết các Coach sẽ làm gì để hỗ trợ mình vượt qua thử thách này đây? Còn nhớ khi xưa, tôi trèo cây suốt, việc đi thăng bằng qua khúc gỗ này quá đơn giản.

"Trước khi bắt đầu," anh Trainer nói. "Hãy dành ít phút để suy ngẫm về mục tiêu của bạn."

Tôi làm theo, và nhớ tới mục tiêu đã từng viết trong khóa học trước đó là trở thành một người thầy giáo. Dù lúc đặt mục tiêu tôi hoành tráng lắm, nhưng giờ nghĩ lại thấy vẫn thiếu tự tin. Tôi để ý phía cuối Swing Log có dán hai khẩu hiệu: *Tập Trung vào Mục Tiêu, Hạnh Phúc để Thành Công*. Đó cũng là điều mà anh Trainer dặn mỗi người sẽ phải tự nói với bản thân khi bước đi trên thanh gỗ. Câu nói ấy làm tôi có thêm khí thế chiến đấu.

Nhóm của tôi có hơn 10 thành viên, hơn kém nhau vài tuổi. Chúng tôi được các Coach dặn dò kỹ lưỡng lắm. Nhất là về khâu đảm bảo an toàn cho từng thành viên. Cứ đến lượt ai lên Swing Log, thì người đó phải mặc đồ bảo hộ gồm: mũ bảo vệ đầu, miếng bảo vệ chân và tay.

"Các Coach ơi," một bạn nữ trong nhóm thắc mắc. "Có cần mấy thứ này không, sao giống thể thao mạo hiểm thế?"

"Lát nữa bạn sẽ biết," Coach đáp với giọng nghiêm túc. "Không có bảo hộ dễ bị chấn thương lắm!"

Sau đó, tôi đã biết thế nào là *vì lợi ích của bạn*. Cái thanh gỗ đó chao đảo một cách ghê gớm. Vì trong quá trình bạn đi thăng bằng, các Coach sẽ *hỗ trợ* bạn bằng cách *tác động lực* lên thanh gỗ (bằng chân của họ). Nếu bước đi cùng tôi, bạn sẽ cảm thấy mình như một quả chuối đang đi thăng bằng trên cái cầu, mà bên dưới là bầy khỉ lúc nhúc. Cảm giác đi 4m thôi mà cứ như là 400m vậy!

Sáng ngày đầu tiên đã trôi qua, đã có không biết bao nhiêu đồng đội ngã xuống, mà không có thành viên nào hoàn thành thử thách. Đây là điều tôi không thể ngờ được. Đúng là không đơn giản như tôi nghĩ, vì bạn càng bước đi nhanh, các Coach sẽ càng khiến thanh gỗ chao đảo. Ai cố gắng lắm thì đi được một phần ba thanh gỗ, rồi lại ngã oạch xuống đất đau điếng.

"Người tiếp theo," bạn Coach nói. "Ai xung phong nhỉ?"

Cả nhóm lặng thinh.

Những ánh mắt có vẻ đổ dồn về phía tôi. Và bạn biết chuyện gì xảy ra tiếp theo rồi đấy. Cuối cùng, đã đến lượt tôi, và tôi vẫn còn nhớ mãi giây phút ấy.

Đội chiếc mũ bảo hộ lên đầu, buộc dây chặt lại. Mắt tôi nhìn thẳng vào tờ giấy mục tiêu phía trước, bản nhạc nền của khóa học I Will Survive vang lên làm tôi tràn đầy khí thế. Biết đâu tôi sẽ là người thành công đầu tiên và truyền cảm hứng cho cả nhóm?

Tôi bắt đầu bước đi. Mọi thứ có vẻ suôn sẻ. Kinh nghiệm leo trèo khi xưa có vẻ phát huy tác dụng.

Đến một đoạn, tôi thấy mình ngã oạch xuống đất.

"Đứng lên em!" bạn Coach gào lên.

Ngay lập tức, tôi đứng dậy và đi tiếp.

Sau đó, tôi lại ngã tiếp. Cứ thế, tôi đứng lên, ngã xuống, rồi lại đứng lên, ngã xuống, không biết bao nhiêu lần. Có những lúc tưởng chừng như đến được với *Mục Tiêu* rồi, nhưng vẫn ngã xuống. Hai chân tôi bắt đầu run lên mỗi lần đứng dậy, hai tay đau nhức vô cùng. Đến lúc này, tôi mới biết vì sao cần phải đeo đồ bảo hộ.

"Em hãy nghỉ ngơi," bạn Coach nói. "Và hãy suy nghĩ về mục tiêu của mình nhé."

Lúc ấy, tôi nhận ra rằng mình sẽ không thể vượt qua thử thách này với tinh thần tham gia hời hợt, thiếu quyết tâm như trước. Vì chỉ cần một giây phút lơ là không tập trung vào mục tiêu thôi, kiểu gì tôi cũng ngã xuống.

Đến cuối ngày đầu tiên, nhóm tôi đã có 3 người vượt qua thử thách. Tôi thấy trong mắt họ ánh lên sự mạnh mẽ, sự khao khát, sự bền bỉ và niềm hạnh phúc khi tiến tới đích. Nhìn khoảnh khắc họ ôm lấy tờ giấy dán chữ *Mục Tiêu* thật nhiều cảm xúc, vẫn còn in hằn trong tâm trí tôi.

Điều đó làm tôi suy nghĩ lắm. Tối hôm ấy, tôi dành thời gian để suy nghĩ về mục tiêu của mình. Tôi nhận ra một bài học đắt giá: Thanh gỗ tượng trưng cho đường đời phía trước, nếu như tôi không thật sự nghiêm túc với mục tiêu, thì những khó khăn thử thách cũng sẽ đánh gục tôi như vậy.

Tôi đã 25 tuổi rồi, mà lại muốn làm giáo viên? Chẳng lẽ tôi lại phải thi học Đại học Sư Phạm? Chưa kể còn phải ôn thi, phải thi cử, mà thi chắc gì đã đỗ cơ chứ? Quả thực lúc ấy, trong đầu tôi thật sự rất mông lung về mục tiêu mình đã chọn. Có vẻ như mục tiêu làm giáo viên kia chưa thực sự truyền cảm hứng, và giúp tôi vượt qua thử thách này. Tôi bắt đầu có ý nghĩ rằng mình sẽ chọn mục tiêu khác.

Tôi đã dành cả đêm để suy nghĩ.

Ngày hôm sau, đối diện trước thử thách ấy, bạn Coach đã hỏi tôi, "Mục tiêu của bạn là gì?"

"Dạ, trở thành một Coach ạ!" tôi đáp đầy khí thế.

Các Coach nhìn tôi với vẻ mặt sung sướng, như thể họ đã được tiếp thêm sức mạnh để lát nữa có thể tác động lực mạnh hơn. Tuy thế, điều đó cũng không thể ngăn cản sự quyết tâm của cả nhóm. Tôi cảm giác mọi người trong nhóm hôm nay đã hỗ trợ nhau tích cực hơn. Đây là lần đầu tiên trong đời tôi được thấy những người mà mới hôm qua còn xa lạ, nay đã coi nhau như anh em một nhà.

Sau đó, các Coach dù đưa ra rất nhiều trở ngại để thử thách tinh thần mọi người, nhưng trong lòng tôi cảm thấy hoàn toàn rất thoải mái. Tôi sẵn sàng đón nhận tất cả để xem giới hạn của mình là đến đâu. Cứ thế, lần lượt từng thành viên trong nhóm sau khi *văng lên văng xuống* vô số lần, họ cũng đã vượt qua được thử thách. Bạn biết cảm giác khi mình là người cuối cùng chứ?

Lúc đứng trên thanh gỗ, tôi nở một nụ cười thật tươi cho đúng với cái biệt danh Hưng Tươi của mình. Đôi tay tôi dang rộng như một chú chim đại bàng tập bay.

Sau đó, vẫn là những lần ngã xuống, đứng lên y như hôm qua, nhưng điều lạ là cảm giác đau không khiến tôi khó chịu như trước nữa. Nếu như hôm qua, tôi có những lúc để ý khi Coach tác động lực quá mạnh, tôi sẽ chủ động nhảy xuống cho đỡ phải ngã đau, thì hôm nay mọi thứ đã khác. Tôi hoàn toàn tập trung vào mục tiêu trở thành Coach trong suốt hành trình trên thanh gỗ ấy.

"Khi đời chao đảo bạn làm gì?" một Coach hỏi lớn.

Thực ra đó cũng là câu hỏi được lặp đi lặp lại nhiều nhất trong khóa học. Có lẽ vì thế mà đến tận hơn 10 năm sau tôi vẫn nhớ như in trong tâm trí.

"Tập Trung vào Mục Tiêu," tôi đáp và mạnh mẽ bước đi. "Hạnh Phúc để Thành Công!"

Và tự nhiên, tôi tưởng tượng ra hình ảnh được khoác chiếc áo Coach trên người, được vào nhóm với học viên. Được khóc, được cười và được trải qua nhiều cung bậc cảm xúc nữa. Trực giác của tôi mách bảo rằng, môi trường khóa học rất phù hợp để phát triển bản thân. Đó có thể là *gia đình* thứ hai mà tôi đang tìm kiếm.

Những giọt mồ hôi ướt đẫm vai áo, toàn thân nhức mỏi, thanh gỗ vẫn rung lắc mạnh dưới chân nhưng không gì có thể cản được tôi bước tiếp. Thời khắc đó, tôi cam kết với bản thân rằng cho dù khó khăn có lớn tới mức nào, tôi vẫn sẽ vượt qua bằng được. Tâm trí tôi tập trung vào một mục tiêu duy nhất, trở thành một thành viên trong gia đình Coach Family.

Cuối cùng thì tay của tôi đã chạm được vào tờ giấy mục tiêu. Đôi chân của tôi dường như không còn cảm giác nữa. Tôi nở một nụ cười sung sướng, những giọt nước mắt trào ra, cảm xúc vỡ òa.

"Chúc mừng Hưng," một Coach thì thầm vào tai tôi. "Hãy nhớ lấy khoảnh khắc này."

Tôi gật đầu, và mãi khắc ghi giây phút ấy trong lòng. Rồi cả nhóm đã ôm nhau ăn mừng trong niềm hân hoan. Lần đầu tiên trong đời tôi cảm thấy sung sướng như thế, còn hơn cả việc đội tuyển bóng đá Việt Nam đạt huy chương vàng!

Niềm vui ấy như đã xóa nhòa mọi nỗi đau trên cơ thể tôi, phải mãi tới lúc về nhà, tôi mới phát hiện ra mình không thể nhấc nổi tay lên để đánh răng hay rửa mặt nữa. Cảm giác ê ẩm ấy đeo bám tôi suốt hai tuần liền, nhưng tôi vẫn không quên mục tiêu của mình là đăng ký thi tuyển đội ngũ Coach vào tháng 7.

Cuộc thi Coach diễn ra khá căng thẳng, chúng tôi phải vượt qua rất nhiều thử thách để đo lường khả năng tư duy, phản ứng nhanh, cũng như làm chủ tâm trí của mình. Tuy nhiên, cảm xúc quyết tâm trong khóa học trước đó đã giúp tôi có thêm niềm tin vào bản thân, tôi đã nỗ lực hết mình, y như lúc đi trên thanh gỗ ấy. Kết thúc cuộc thi, Coach dặn chúng tôi rằng nếu ai đỗ sẽ được gọi điện thoại.

Khi về nhà tôi hy vọng lắm, nhưng tôi canh điện

thoại mãi mà không thấy ai gọi. Hay là mình ghi nhầm số cho họ rồi? Cứ thế tôi chờ mãi tới 2 giờ sáng, vẫn không thấy ai gọi!

Vậy là tôi đã bị loại.

Tôi hụt hẫng vô cùng, buồn mất mấy ngày liền. Nhưng sau đó, câu nói *Tập trung mục tiêu* lại tiếp thêm sức mạnh cho tôi đứng dậy đi tiếp. Hai tháng sau, tôi đã thi Coach một lần nữa, và quyết tâm vượt qua mọi thử thách.

Tối hôm ấy về nhà, tôi hồi hộp lắm. Giống như lần trước, tôi chờ điện thoại trong niềm hy vọng.

9 giờ tối, chưa thấy cuộc gọi nào.

10 giờ tối, vẫn chưa có điện thoại.

10h30 tối, chưa có điện thoại.

11 giờ đêm, điện thoại reo lên. Thú thật với bạn, chưa bao giờ tôi cảm thấy âm thanh điện thoại nó đặc biệt như thế.

"Anh Hưng à?" một Coach nói. "Anh đã ngủ chưa?"

"Anh chưa," tôi nói. "Sao thế em?"

"À, em gọi để cảm ơn anh. Các Coach đều nhìn thấy và ghi nhận sự nỗ lực của anh. Tuy nhiên, đợt này quân số Coach đã đủ người rồi anh ạ..."

Tôi nghe đến đó mà thở dài, không nói lên lời. Mặc

dù biết thất bại là mẹ thành công, nhưng nói thật là tôi chỉ muốn có một mẹ thôi. Chứ phải thi lại lần nữa là oải vô cùng.

"Ơ, anh Hưng, anh còn đấy không? Alo alo..."

Tôi im lặng.

"Em đùa ấy mà, chúc mừng anh đã đỗ rồi nhé!"

Nghe câu ấy, cảm xúc trong tôi vỡ òa. Đêm ấy, tôi sung sướng tới mức mất ngủ. Cảm giác lâng lâng thật khó tả, gấp nhiều lần khi tôi biết tin đỗ đại học!

Sau đó thế nào bạn cũng biết rồi, tôi tham gia đội ngũ Coach, rồi dần dần trở thành Trainer, một người truyền cảm hứng. Hồi ấy tôi cũng chưa biết về định tâm, nhưng giờ nhìn lại tôi thấy thật ra khóa học đã giúp tôi làm điều đó. Giúp tôi luôn tập trung vào mục tiêu của mình, cho dù có gặp khó khăn đến thế nào đi chăng nữa.

Khi tập trung toàn bộ tâm trí vào một thứ gì đó, thì sẽ có sức mạnh hơn nhiều so với việc để tâm trí lang thang, lúc nghĩ việc này, lúc nghĩ việc khác. Giống như kính lúp dưới nắng mặt trời, tia nắng hội tụ lại qua kính lúp hoàn toàn có thể đốt cháy một tờ giấy. Bài học ấy đã giúp tôi rất nhiều sau này trong công việc và cuộc sống. Những lúc thấy *đời chao đảo*, những lúc khó khăn ập đến, là tôi lại nhớ ngay tới trải nghiệm khi xưa, và:

"Tập trung vào mục tiêu!

Hạnh phúc để thành công!"

Sức mạnh và lợi ích của định tâm lớn như vậy đấy. Tôi hy vọng rằng những kiến thức và các bài tập trong cuốn sách này, sẽ giúp bạn có thể tập trung vào mục tiêu mình đã đề ra, vượt qua mọi khó khăn thử thách mà cuộc đời trao cho bạn. Đặc biệt là khi vấp ngã, hãy cứ mỉm cười, và hạnh phúc bước đi trên con đường tiến tới mục tiêu!

Trò Chơi Cảm Giác

FUSUSU®

Giống anh Hưng, tôi cũng đã từng vượt qua thử thách Swing Log trong khóa Tôi Tài Giỏi Nâng Cao, và có những trải nghiệm đáng nhớ, giúp mình tập trung mục tiêu hơn. Tuy nhiên, có một khoảnh khắc để lại ấn tượng sâu sắc hơn cả là trong khóa 10 ngày Vipassana lần thứ hai, diễn ra vào tháng 12 năm 2013.

Lúc ấy, tôi đang chuẩn bị đi tắm cho thoải mái, mà thực ra thì với trời lạnh cóng, tắm táp còn hơn cả cực hình. Lubi, người bạn cảm xúc *lười biếng* lên tiếng, "Cả mấy ngày này cậu chỉ ngồi có một chỗ, có làm gì đâu mà phải tắm???"

Tôi đáp, "Liệu cậu có đang đổ lỗi cho hoàn cảnh không?"

Loáng cái, tôi đã xách quần áo ra khu nhà tắm tự lúc nào. Tới nơi, tôi phát hiện ra *đại ca* Hưng Tươi vừa mới chiếm mất cái phòng tắm ngon nhất. Chưa hết, anh còn tặng tôi một nụ cười đầy khiêu khích, mặc dù trong khóa 10 ngày này thì việc nhìn nhau cười cũng là phạm quy. Thế là tôi đành dùng phòng tắm ngay cạnh, nước rỉ tong tỏng xuống sàn đều đều, bắn vào chân lạnh buốt.

"Này," bác quản lý gọi tôi từ phía ngoài. "Chú có 5 phút để tắm thôi. Thầy gọi chú lên gặp riêng đấy."

Tôi vừa mở vòi nước vừa giật mình. Thầy gọi mình ư? với kinh nghiệm của tôi từ trước tới giờ, thường chỉ có học viên đăng ký gặp thầy, chứ ít khi ngược lại. Mà mấy ngày nay tôi cũng là học viên ngoan chứ bộ, sao thầy lại yêu cầu gặp mình nhỉ?

Bỗng một cảm giác sung sướng xuất hiện toàn thân, anh bạn *tưởng bở* Tubo nói thầm vào tai tôi, "Chắc là Phương có điều gì đó đặc biệt khiến thầy chú ý đấy!"

Rảo bước nhanh trên con đường nắng chiếu chói chang, tôi vừa đi vừa xoa tóc cho đầu nhanh khô. Ở khu vực chờ, đã có vài học viên khác đang ngồi đợi. Tôi tin là mình V.I.P thế này chắc chắn sẽ nhanh thôi.

Tự tin kéo rèm cửa thiền đường, tôi định bước vào nhưng bác quản lý thiền sinh lúc nãy đã chặn tôi lại.

"Xin lỗi, cháu chờ chút nha," bác ấy thì thào, tay chỉ vào trong, có mấy người khác đang trao đổi với thầy.

Chút xíu ư? Được, tôi sẽ chờ.

Tôi đã không ngờ chút xíu đó... lại lâu tới vậy. Lần này thì người bạn cảm xúc *buồn chán* xuất hiện, tôi hay gọi người bạn này là Buca.

"Này," Buca nói. "Đã 30 phút rồi đấy, chắc chắn là chúng ta sẽ mất giấc ngủ trưa cho mà xem."

Đúng là không thể để thời giờ trôi qua vô ích, mà ngồi tĩnh tâm ngoài trời thì cũng không nên. Do đó tôi quyết định cùng Buca thử thách trí não bằng cách... đếm lá cây. Dù biết mình có thể sẽ chuyển qua từ giai đoạn *đếm lá* sang *nhặt lá*, và cuối cùng là... *đá ống bơ* rất nguy hiểm, nhưng tôi vẫn không thể nào dừng mơ mộng về ý tưởng điên rồ này. Có những phương pháp nào để đếm lá nhỉ?

Và rồi tôi cùng anh bạn Buca trong tâm trí, nghĩ ra đủ mọi trò để đếm được hết lá trên cây.

Có thể là làm việc nhóm, càng đông người càng tốt, mỗi người ngắt một ít rồi đếm kiểu gì cũng xong? Thế thì tốn nhân lực, hay là dùng một lượng sơn quét lên một chiếc lá và đo lượng sơn đã mất, sau đó lấy vòi cứu hỏa xịt cho kín cây rồi lấy tổng lượng sơn dùng hết chia ra là xong? Cũng tốn sức đấy, hay là rung cây thật mạnh, lá rơi sạch, sau đó cho hết chúng cho vào... máy đếm tiền?

Cuối cùng, ý tưởng mà tôi tâm đắc nhất là gọi anh Hưng lại, hùng hồn tuyên bố rằng mình có thể nói chuyện với thần cây và ngài nói rằng có 2500 chiếc lá. Khi anh ấy hỏi thật hả, tôi sẽ đáp rằng không tin thì đếm thử coi, và thế là vấn đề đã được giải quyết. Tôi nghĩ tới cảnh đó mà ôm bụng tự cười một mình.

"Ê, vào đi," tiếng bác quản lý vang lên, khiến tôi nhận ra nãy giờ tâm trí mình chạy lăng xăng quá. Các cụ có câu nhàn cư vi bất thiện, giờ học tĩnh tâm đã giúp tôi hiểu ra rằng mọi hành vi đều do tâm tạo ra, cho nên chuẩn hơn sẽ là: *Nhàn cư, tâm... lắc lư*.

Lúc ngồi trước mặt thầy, tôi cố nhớ tên vị thầy đáng kính này nhưng không thể nhớ nổi vì quá dài và lạ. Thầy mỉm cười nhìn tôi qua cặp mắt kiếng để sát dưới cái mũ trùm len nâu. Tôi chưa bao giờ cảm thấy mình đặc biệt thế, có lẽ thầy sẽ bảo mình là hiện thân của đấng này đấng kia như một thầy bói nào đó từng nói với tôi chăng?

"Tình hình tập luyện của con thế nào?" Thầy hỏi.

"Dạ, cũng chưa tập trung lắm, nhưng con sẽ cố," tôi thành thật khai báo, và nhớ rằng khi mới mãn khóa đầu tiên về mình còn chăm tập lắm. Tuy nhiên, ngày càng lười, và hôm nay là ngày tôi lãnh hậu quả đây.

Cuối cùng thầy chốt, "Hãy nhớ giữ sự bình tâm, dù gặp bất cứ cảm giác gì."

Chỉ mỗi thế thôi ư? 45 phút đợi méo mặt, phát minh ra hàng chục cách đếm lá... và mất giấc ngủ trưa, giờ tôi lại nhận thêm một lời khuyên cứ lặp đi lặp lại suốt 10 ngày. Tôi có thể cảm thấy Tavo, anh bạn cảm xúc *thất vọng* trong tôi đang gầm gừ dữ dội.

Tôi thở dài rồi từ từ nhắm mắt lại để thực hành cùng thầy. Tự nhiên tôi thấy có cảm giác gì đó trên trán. Nó ấm áp lạ thường giữa mùa đông lạnh giá. Đúng là thầy xịn có khác, nghe nói thầy là tu sĩ, các vị ấy sẽ tỏa ra một luồng rung động giúp người ta dễ dàng tĩnh tâm.

Tôi cảm thấy thật tuyệt. Mở mắt ra, giờ thì tôi đã hiểu. Thầy gọi tôi lên đây để trao truyền nguồn năng lượng đặc biệt nào đó. Anh bạn cảm xúc Tubo trong tôi thốt lên, "Tuyệt, chiều nay chúng ta sẽ có những cảm giác tuyệt vời!"

Đang phiêu du với những ý tưởng sung sướng, chợt tôi nhìn thấy sau lưng thầy có cái gì đó. Ồ, hóa ra một cái lò sưởi... thảo nào ấm dã man, ấm lạ thường. Tôi thở dài ngao ngán, nhưng chợt tôi ngộ ra một điều gì đó, một điều gì đó rất quan trọng, đã ngăn cản sự tiến bộ của tôi trong hai ngày thực hành vừa qua.

Đúng rồi, cho dù tôi đã vượt qua, đã làm bạn được với những cảm xúc ghét bỏ khi chân đau mỏi, lưng tê nhức, thậm chí đói khát, nhưng tôi đã vô tình tạo ra một thứ còn nguy hiểm hơn cả, đó là ham muốn.

Dù thầy luôn nhắc đi nhắc lại là hãy giữ tâm bình

thản, không ghét bỏ, cũng không ham muốn. Nhưng tôi nhận ra dù mình có vượt qua ham muốn được nói, được ăn, được ngủ... thì vẫn bị anh chàng Hamu này chi phối một cách khéo léo. Đó là sự ham muốn những cảm giác thoải mái, tệ hơn nữa là ham muốn dựa dẫm vào thầy, trong khi đó đây là con đường mà mỗi người phải tự bước đi.

Tôi đã mắc vào một chướng ngại vô cùng lớn trên con đường này, và thầy gọi đó là *trò chơi cảm giác*. Khi đối đầu được với những cảm giác khó chịu, người ta lại bắt đầu nghiện cảm giác dễ chịu, khi thoát khỏi những cảm giác dễ chịu, người ta lại bắt đầu ghét cảm giác khó chịu. Con người thật kỳ lạ, dù biết trò chơi này chỉ đem lại khổ đau, mà họ cứ chơi đi chơi lại.

Tuy được nghe nhiều lần điều này, nhưng giờ tôi mới thấm ở mức độ trải nghiệm. Dù cảm giác dễ chịu, hay khó chịu, chúng đều là những nguyên nhân phát sinh ra sự ràng buộc, là ngọn nguồn của mọi đau khổ trong tâm trí chúng ta. Khi đã buông bỏ được, khi đã bình tâm, tự nhiên hạnh phúc ngập tràn trong tâm trí tôi.

Càng quan sát, càng bình thản. Đó là điều mà tôi luôn tâm niệm trước mỗi một thời thiền kể từ lần gặp thầy hôm đó và một nhân vật quan trọng sau lưng thầy, là cái lò sưởi. Nhờ thế, mà những ngày sau, thời gian trôi qua thật nhanh, càng tập luyện, tôi càng cảm thấy mình tiến bộ.

Nếu như trước kia tôi có thói quen ăn cực nhanh, kể cả vừa nói chuyện vừa ăn thì cũng 15 phút là xong. Nhưng giờ, tôi đã tập được cách ăn rất bình thản, khoảng 25 phút, vừa ăn vừa thưởng thức từng lần nhai. Nếu như trước đây, ngồi lâu là tôi sẽ bị cong lưng, thì giờ tôi có thể ngồi thẳng tắp suốt cả thời thiền. Tôi nhận ra, càng gian nan, thì bạn càng cần phải bình thản. Càng sung sướng, thì cũng càng phải bình an để tránh việc dính mắc.

Còn nhớ mấy hôm trước, bước chân ra khỏi thiền đường, người tôi mỏi nhừ, tôi nhìn lên trời và băn khoăn, "Sao ở vùng núi mà trời lại ít sao thế nhỉ?"

Còn hôm nay, khi bước về phía phòng ngủ, tôi cảm thấy nhẹ nhõm vô cùng, và tôi đã làm một điều mà mình chưa làm từ đầu khóa đến giờ. Đó là... ngoảnh mặt lại nhìn thiền đường. Và...

Trước mặt tôi là cả một vùng trời đầy sao!

Thì ra bấy lâu nay sao trời vẫn lấp lánh ở đó, nhưng tôi cứ mải tiến về phòng ngủ, phòng ăn, mải mê với những suy nghĩ của mình, chỉ nhìn thoáng qua vùng trời mù mịt phía trước, mà đã bỏ qua cả một vùng trời tuyệt đẹp sau lưng. Tự nhiên tôi thấy bình an vô cùng, đúng là hạnh phúc vốn luôn ở đó, chỉ là mình có để ý hay không mà thôi.

Sau khóa thiền, tôi quay về cuộc sống hiện tại, tiếp tục công việc chuyên gia đào tạo, rồi trở thành tác giả, một hành trình không hề dễ dàng như bạn đã biết. Cũng có những lúc *lên voi*, cũng có những lúc *xuống chó*, phải chiến đấu với mọi cảm giác khó chịu dễ chịu khác nhau, nhưng bài học về sự bình tâm đã giúp tôi vững tin tiến bước đến với những thành quả như ngày hôm nay.

Giờ nhìn lại đã gần 10 năm, tôi thấy mình đã đi một chặng đường dài. Càng bước đi, tôi càng nhận ra vai trò của sự bình tâm thật quan trọng. Khi bạn bình tâm, bạn sẽ không chỉ tránh khỏi sự chi phối của những gì đang tác động đến mình ở thế giới bên ngoài, mà còn nhận thức được rõ ràng những gì đang diễn ra bên trong, để có thể làm chủ phản ứng trong tâm, từ đó làm bạn với cảm xúc, và có thể hạnh phúc mọi lúc mọi nơi.

Giống như tấm huy chương tôi và anh Hưng đã từng nhận sau khóa học Tôi Tài Giỏi! Nâng Cao. Tấm huy chương luôn có hai mặt, một mặt thì đẹp, nó tượng trưng cho sự thành công. Một mặt thì có vẻ xấu xí, nó tượng trưng cho sự nỗ lực và cố gắng.

Do đó, trong một thế giới đầy sự bất ổn, và ngày càng nhiều những khó khăn thách thức như bây giờ, tôi hy vọng những kiến thức và bài tập về bình tâm trong cuốn sách này, kết hợp với định tâm, sẽ trở thành đôi cánh mạnh mẽ, giúp bạn bay tới bất cứ mục tiêu nào của bạn, trong sự bình an sung sướng, và nhận được tấm huy chương của cuộc đời mình!

 FUSUSU® HƯNG TƯƠI
Sống để yêu thương! ♡ 

Hỏi Sung Đáp Sướng

Dưới đây là những câu hỏi mà chúng tôi tập hợp được trong quá trình biên soạn cuốn sách, để nếu như phần chính của sách chưa thể trả lời một băn khoăn nào đó của bạn, thì hy vọng phần này có thể. Nếu bạn có câu hỏi nào khác, đừng ngại liên hệ với chúng tôi qua thông tin cuối sách.

Hỏi: Nhiều lúc có những cảm xúc lẫn lộn, như vừa yêu lại vừa ghét ai đó, lúc ấy phải làm sao để hạnh phúc?

Phương Đáp: Cũng giống như bạn có hai người khách tới chơi nhà cùng một lúc, mà tính cách của họ khác nhau, bạn sẽ làm gì để mọi người đều vui vẻ?

Lúc ấy, bạn có thể dành thời gian tâm sự với từng người, nhưng làm vậy họ sẽ ganh tị nhau đấy. Nên tốt hơn hết là bạn hãy rủ họ cùng làm một thứ gì đó mà có thể cả hai đều không thể từ chối, như là thưởng thức một món ngon nào đó, rồi tất cả cùng trò chuyện vui vẻ.

Những cảm xúc lẫn lộn trong bạn cũng giống như những người khách khác nhau xuất hiện trong nhà bạn, nhưng kiểu gì họ cũng sẽ có một điểm chung nào đó. Nếu không có điểm chung, thì tại sao họ lại xuất hiện cùng lúc? Ít nhất thì điểm chung là... họ rất yêu quý bạn.

Vì thế, khi cảm thấy có những cảm xúc lẫn lộn trong mình, việc đầu tiên bạn cần làm là dành ít phút thực hành định tâm, để xác định xem trong bạn đang có những người bạn cảm xúc nào? Rồi tự ngẫm xem tại sao họ lại ghé thăm bạn, thông điệp mà họ gửi gắm đến bạn là gì?

Trong trường hợp cảm xúc yêu ghét lẫn lộn, hãy đặt câu hỏi tại sao bạn lại ghét người đó? Rồi tại sao bạn lại yêu họ? Và liệt kê câu trả lời càng chi tiết càng tốt.

Chẳng hạn, bạn ghét họ vì:

- Họ hay thất hứa.
- Họ không làm theo ý bạn.
- Họ làm bạn tổn thương.

Còn bạn yêu họ vì:

- Nhiều lúc họ rất dễ thương.
- Họ quan tâm tới bạn.
- Họ có một ưu điểm nào đó.

Sau đó bạn hãy thử liên kết các đặc điểm này lại với nhau bằng câu hỏi kiểu như:

Liệu họ không làm theo ý bạn có phải là vì một ưu điểm nào đó của họ không? (độc lập, có lập trường);

Liệu họ làm bạn tổn thương có phải vì họ quan tâm tới bạn? (có thể lắm chứ, nhiều khi quan tâm không đúng cách cũng sẽ dễ tạo ra hiểu lầm).

Thường khi làm vậy, bạn sẽ có một góc nhìn mới khách quan hơn. Khi vấn đề sáng tỏ, thường các cảm xúc lẫn lộn sẽ tan biến, thay vào đó là sự thấu hiểu, yêu thương.

Hỏi: Vì sao có những trường hợp hai người rất tốt, nhưng cuộc hôn nhân của họ lại tẻ nhạt, thiếu hạnh phúc?

Hưng Đáp: Đây là câu hỏi rất thú vị. Thật may mắn vì tôi đã được trải qua những cung bậc cảm xúc khác nhau trong cuộc hôn nhân của mình.

Trường hợp hai người rất tốt, tôi giả định rằng hai người đó sống thoải mái, vui tươi khi đang còn độc thân. Giống như họ đang đi trên chiếc xe đạp, ung dung tự tại đi trên con đường của mình. Họ có một công việc tốt với những mối quan hệ chất lượng. Nói chung mọi mặt trong cuộc sống của họ đều ổn cả.

Thời gian đầu yêu nhau, họ thấy mọi thứ đều tuyệt vời. Họ nghĩ rằng, đây chính là một mảnh ghép mà mình đang tìm kiếm bấy lâu nay. Trong lễ cưới, lời chúc trăm năm hạnh phúc khiến họ ngất ngây sung sướng. Chắc chắn, lượng hormone dopamine, oxytocin tiết ra dạt dào như nước trong nguồn chảy. Thực ra, đây cũng là lúc cơn lũ ham muốn xuất hiện rõ nét nhất. Họ muốn lúc nào cũng phải ngất ngây như thế, sung sướng như thế và hy vọng người bạn đời của mình lúc nào cũng đáng yêu như thế.

Nhưng khi về sống chung, họ bắt đầu nhận thấy những điểm khác biệt. Một người thì như đến từ Sao Hỏa, một người kia thì như đến từ Sao Kim. Trước đây mỗi người đều trên một chiếc xe đạp, muốn đi lúc nào thì đi, muốn chọn đường nào thì chọn. Bây giờ, họ cùng trên một chiếc xe đạp đôi mang tên Hôn Nhân.

Bạn thử nghĩ mà xem, nếu hai người cùng đạp, cùng nhìn về một hướng thì chiếc xe vẫn tiến về phía trước, thậm chí còn đi nhanh hơn. Nhưng vì một lý do nào đó mà một người không đạp, rõ ràng gánh nặng đẩy hết cho người còn lại. Đạp còng lưng mà xe thì đi rất chậm, vậy thì làm sao họ chịu được. Sự tẻ nhạt, nhàm chán bắt đầu từ đây. Nên mới có câu, khi yêu ta có thể nhìn nhau, nhưng trong hôn nhân, thì hãy nhìn về một hướng.

Vậy giải pháp là gì?

Bạn có thể áp dụng chính kiến thức trong quyển sách này và trả lời những câu hỏi sau:

- Họ có đang mắc phải sai lầm trong việc tìm kiếm hạnh phúc không?

- Họ đã sử dụng chìa khóa thứ nhất, chấp nhận cảm xúc của mình hay chưa?

- Họ đã sử dụng chìa khóa thứ hai, cây bút tâm trí đang viết những điều gì?

- Họ có lắng nghe nhau, cùng chia sẻ và hướng tới giải pháp không?

- Họ có nhận trách nhiệm về mình hay là đổ lỗi cho hoàn cảnh?

Hỏi: Có nên hành động theo cảm xúc không? Nếu có thì làm sao biết được nên tin theo cảm xúc nào?

Phương Đáp: Đã là con người, bất cứ hành động nào của bạn cũng đều bị thúc đẩy bởi một cảm xúc nào đó. Kể cả bạn có thực hiện hành động trong trạng thái bình thản nhất, thì... bình thản không phải là một dạng cảm xúc sao?

Suy cho cùng, đúng hay sai cũng chỉ là tương đối, nên rất khó nói một quyết định nào đó là đúng hay sai, mà chỉ có những quyết định mà sau ấy bạn có hối tiếc hay không mà thôi. Do vậy, việc nhận diện ra những cảm xúc đang chi phối mình rất quan trọng, vì nó sẽ ảnh hưởng tới cảm xúc của bạn sau này.

Nếu một hành động bị chi phối bởi cảm xúc tiêu cực như ham muốn, chán ghét, thì kết quả cũng sẽ khó mà tích cực, sau đó khả năng hối tiếc rất cao. Ngược lại, nếu một hành động được đưa ra trong lúc tâm trí bình an, nhẹ nhõm, thì dù kết quả thế nào, bạn cũng sẽ ít khi phải hối tiếc.

Nếu để ý, mọi cảm xúc trong bạn đều có thể có một trong ba đặc tính: Hoặc là xuất phát từ ham muốn bám víu vào một thứ gì đó, hoặc là xuất phát từ sự ghét bỏ thứ gì đó, hoặc là xuất phát từ sự bình tâm, tức là cân bằng ở giữa, không theo một thái cực nào cả.

Thông thường hành động của mọi người hay bị chi phối mạnh mẽ bởi các cảm xúc thiên về ham muốn hoặc ghét bỏ, và chúng chỉ có thể dẫn tới kết cục là ngày càng thêm ham muốn hoặc ghét bỏ. Do đó, bạn hãy dành thời gian định tâm, sau đó bình tâm, khi tâm trí đã cân bằng, thì lúc đó mới nên ra quyết định.

Hưng Đáp: Bạn còn nhớ ví dụ về tâm trí con người nhiều lúc giống như con khỉ chứ. Chuyền hết từ cành này, sang cành khác mà không chịu dừng lại. Những cơn lũ cảm xúc như ham muốn, ghét bỏ, lười biếng, nghi ngờ xuất hiện. Khiến cho tâm trí mệt mỏi, căng thẳng và kiệt sức lúc nào không hay.

Những quyết định đưa ra lúc này thường mang tính bản năng nhiều hơn là được phân tích kỹ lưỡng. Vậy nên, một cảm xúc nào đó đến bên bạn, như một tín hiệu giao thông được gửi tới cho chú khỉ tâm trí. Đèn đỏ thì dừng lại, chậm lại, hít một hơi thật sâu, đợi đèn xanh rồi đi tiếp. Nở một nụ cười rồi bạn sẽ biết mình nên tin theo điều gì.

Hỏi: Nếu hạnh phúc có được từ một cảm xúc tiêu cực, thì có được gọi là hạnh phúc hay không?

Phương Đáp: Nói về định nghĩa hạnh phúc, mỗi người có thể có các định nghĩa khác nhau. Tuy nhiên, nếu định nghĩa ấy bắt đầu bằng mẫu câu, "Tôi sẽ hạnh phúc khi..." thì thường đó là hạnh phúc có điều kiện.

Bạn còn nhớ câu chuyện ông Bán Quan Tài hay ông Bia Văn Hơi được kể đầu sách chứ? Càng nhiều người chết, thì ông Tài càng hạnh phúc vì bán được nhiều quan tài. Càng nhiều người nghiện rượu bia thì ông Hơi càng hạnh phúc. Đó có thể coi là hạnh phúc có được từ cảm xúc tiêu cực.

Tuy nhiên, đó chỉ là sự phấn chấn nhất thời mà

thôi. Sau khi bán được một cái quan tài, ông Tài có thể vui, nhưng đâu thể vui mãi? Niềm vui ấy sẽ phụ thuộc vào liệu cái quan tài tiếp theo có bán được hay không. Tương tự, có thể lúc tiếp khách và bán được bia, ông Hơi sẽ rất vui, nhưng niềm vui ấy sẽ phụ thuộc vào việc mấy hôm sau khách có quay lại quán của ông hay không, hay là sang quán bia mới mở bên cạnh đang giảm giá?

Cho nên, nếu hạnh phúc có được từ cảm xúc tiêu cực, hay bất cứ một thứ gì từ bên ngoài, thì đó chỉ là cảm giác phấn chấn nhất thời, không bền vững. Đó không phải là hạnh phúc từ tâm mà chúng ta hướng đến trong cuốn sách này, vốn là một trạng thái bình an sẵn có của bạn.

Hưng Đáp:

Trong đầm gì đẹp bằng sen,
Lá xanh, bông trắng lại chen nhị vàng.
Nhị vàng bông trắng lá xanh,
Gần bùn mà chẳng hôi tanh mùi bùn.

Bạn còn nhớ câu ca dao trên chứ?

Với nhiều loài thì bùn lầy vừa tanh vừa hôi. Chẳng dễ chịu chút nào khi ở gần, chưa nói đến việc là sống cùng với bùn cả đời. Khi đó bùn lầy sẽ làm phát sinh những cảm xúc tiêu cực cho những ai chán ghét nó.

Nhưng có vẻ điều đó không đúng với cây sen. Lá sen vẫn xanh, hoa sen vẫn trắng hồng, nhị hoa vàng vẫn thơm ngát. Ai cũng phải trầm trồ khen ngợi trước vẻ đẹp của hoa sen. Vậy cây sen đã chuyển hóa được những thứ hôi tanh từ bùn thành lá, thành hoa, thành hương thơm ngào ngạt. Cây sen đã làm bạn với bùn, sống chung với bùn từ hết đời này đến đời khác. Bùn nuôi cây sen sống, cây sen làm đẹp cho bùn. Bùn và cây sen nương tựa vào nhau. Cây sen hạnh phúc khi ở sống ở trong bùn lầy.

Vậy nên rõ ràng bùn lầy hay những tình huống không như ý xảy ra chỉ là những tác nhân bên ngoài, quan trọng là trong tâm mỗi người lựa chọn những phản ứng như thế nào. Nếu tâm như cây sen kia, thì tích cực hay tiêu cực không quan trọng nữa. Dù thế nào thì *trong đầm gì đẹp bằng sen*.

Hỏi: Nhiều người dồn nén cảm xúc xuống bằng cách im lặng, chúng tích tụ lại như quả bom nổ chậm. Làm cách nào để *tiêu hủy bom* hoặc khiến nó *nổ an toàn*?

Phương Đáp: Để trả lời câu hỏi này, đầu tiên ta cần bàn tới khái niệm thế nào là *nổ*? Có thể hiểu nổ ở đây đơn giản là thể hiện cảm xúc đó ra ở dạng hành động thái quá.

Ví dụ, khi sự chán ghét tích tụ đủ lâu, có thể dẫn tới căm thù, và có hành động tiêu cực làm tổn thương người khác. Hoặc khi ham muốn tích tụ, sẽ dẫn tới nghiện ngập, và có hành động tiêu cực để đạt được điều mình ham muốn.

Do vậy, nếu bạn ví cảm xúc tích tụ như bom nổ chậm, thì sẽ khó xử lý đấy. Bởi vì đâu phải ai trong chúng ta cũng là chuyên gia phá bom mìn? Song nếu bạn ví cảm xúc tích tụ giống như một đống lửa đang cháy được tiếp thêm củi, thì bạn sẽ thấy giải pháp dễ dàng hơn.

Đó là ngưng tiếp thêm củi, thì đống lửa sớm muộn cũng sẽ tắt mà thôi. Bản chất của các bài tập ở phần bình tâm, là bạn đang quan sát đống lửa cảm xúc trong mình, và không phản ứng là bạn đang ngừng tiếp thêm củi cho nó.

Do vậy, cách để xử lý cảm xúc tích tụ hiệu quả nhất là bạn không cần làm gì cả, chỉ cần dành thời gian luyện tập bình tâm mà thôi. Sớm muộn khi củi hết, lửa sẽ tắt.

Hỏi: Tại sao nhiều đôi yêu nhau 7-8 năm lại rất dễ chia tay và không cưới được, trong khi đó có những đôi chỉ gặp 1-2 tháng đã có thể kết hôn?

Hưng Đáp: Để trả lời câu hỏi này chúng ta cần thêm dữ liệu về những cặp đôi ấy.

Ví dụ, ở cặp đôi 8 năm yêu nhau, họ có cùng giúp nhau tiến bộ hay không, họ có chung thủy hay không, họ có lắng nghe và chấp nhận nhau không?

Còn ở cặp đôi gặp 2 tháng là kết hôn, họ đã quen biết nhau từ trước chưa, họ kết hôn với nhau dựa trên tình yêu chân thành không, họ có động cơ gì khác ở cuộc hôn nhân này?

Ca dao Việt Nam có câu:

"Cưới vợ phải cưới liền tay
Chớ để lâu ngày lắm kẻ dèm pha."

Có thể hiểu nôm na là khi đã tìm hiểu kỹ lưỡng, thì nên quyết định dứt khoát, tránh để những lời nói bên ngoài làm ảnh hưởng.

Thật ra, trong hàng triệu người mà gặp được một người để yêu cũng đã là một điều may mắn, dù có tiến tới hôn nhân hay không thì đều đáng trân trọng.

Trong câu hỏi này, biết đâu sau 8 năm yêu nhau, quyết định chia tay lại là điều hợp lý. Tương tự như thế, cũng không thể khẳng định quen nhau 2 tháng rồi cưới, họ sẽ không hạnh phúc.

Vậy nên, điều quan trọng là dám chịu trách nhiệm cho quyết định của mình. Cho dù hoàn cảnh có như thế nào thì hãy lựa chọn phản ứng một cách tích cực nhất.

Bạn còn nhớ công thức này chứ?

Hoàn cảnh + Phản ứng = Kết quả

Mọi chuyện xảy ra đều có ý nghĩa tốt đẹp ẩn trong đó. Người yêu 8 năm hay người quen 2 tháng cũng sẽ có những bài học riêng mình sau sự kiện ấy.

Hỏi: Hạnh phúc có phải là tìm được *một nửa*? Làm thế nào để hạnh phúc trong khi *thiếu thốn*?

Phương Đáp:

Bạn sẽ hạnh phúc khi bạn có một ai đó ư? Đó là hạnh phúc có điều kiện, và cũng là hiểu lầm tai hại mà chúng tôi đã dành chương đầu cuốn sách này để bàn về nó.

Nếu bạn tìm được một ai đó và hạnh phúc, cũng tốt thôi, nhưng kinh nghiệm cho thấy rằng mỗi một mối quan hệ thường có nhiều giai đoạn. Giai đoạn đầu thường là đẹp nhất, gọi là giai đoạn lãng mạn, và sau đó là gì thì bạn cũng biết rồi. Nhiều cặp đôi không vượt qua được những giai đoạn khó khăn sau đó, và kết quả mang lại là đau khổ.

Do vậy, tìm được một nửa và cảm thấy hạnh phúc, đó cũng chỉ là cảm giác hưng phấn tạm thời mà thôi.

Vậy làm sao để hạnh phúc ngay cả khi thiếu thốn về mọi mặt? Đó chính là hạnh phúc từ tâm, là thứ mà chúng ta hướng tới trong cuốn sách này. Bạn có thể hạnh phúc mà không phụ thuộc vào các điều kiện bên ngoài.

Hãy đọc lại cuốn sách, thực hành đều đặn việc định tâm và bình tâm. Khi được trải nghiệm hạnh phúc từ tâm, bạn sẽ thấy mọi thứ hạnh phúc khác đều thật mong manh.

Hưng Đáp: Tôi vẫn nhớ khoảnh khắc cô MC trong đám cưới của mình chia sẻ.

"Sau một thời gian dài tìm hiểu, chú rể Thanh Hưng và cô dâu Nguyễn Hồng đã quyết định về chung một nhà."

Mọi người vỗ tay nồng nhiệt. Còn tôi và vợ thì mỉm cười, vì thời gian từ lúc chính thức yêu nhau đến lúc cưới là tròn 2 tháng. Dù đã biết nhau từ khoảng 2 năm về trước, nhưng thời gian tìm hiểu thì *chưa dài lắm*. Rồi cô MC đọc bài thơ.

"Chim khôn chọn nhánh lựa cành

Gái khôn chọn chốn trai lành gửi thân
Xin chúc chú rể và cô dâu
Trăm năm hạnh phúc đến bạc đầu
Đầu lòng sinh trai, sau sinh gái
Họ hàng hai bên thoả nỗi lòng."

Mọi người nghe xong thì vỗ tay nhiệt tình hơn. Trong lòng tôi khi ấy vừa hạnh phúc, sung sướng nhưng cũng hồi hộp, lo lắng. Tôi hạnh phúc vì đã tìm được *một nửa* của đời mình nhưng lo lắng là vì không biết cuộc sống hôn nhân có tốt đẹp như kỳ vọng của mọi người.

Bên cạnh những giây phút vui tươi ấy, tôi vẫn nhớ những đêm dài vợ tôi mất ngủ, nằm trằn trọc mãi vì nhớ nhà. Có khi còn khóc nấc lên thành tiếng. Rồi đến khi có con, hai vợ chồng cũng phải nhiều đêm thức trắng để chăm con ốm. Vợ lại gục đầu vào vai tôi và khóc.

Thật may mắn vì hai vợ chồng tôi đều là thực tập thiền Vipassana nên chúng tôi luôn tự nhắc nhau, *mọi chuyện rồi cũng sẽ qua*. Cứ như vậy, bất kể khi nào xảy ra chuyện gì, điều đầu tiên chúng tôi làm là quay trở về với thân tâm của mình. Chăm sóc cảm xúc của mình trước, rồi cùng nhau giải quyết vấn đề sau.

Vậy tìm được *một nửa* chưa chắc đã hạnh phúc mà biết chăm sóc cảm xúc, chắc chắn bạn sẽ hạnh phúc.

Thay vì tập trung vào thứ mình chưa có, mình thiếu thốn hãy chú tâm đến giây phút hiện tại, chăm sóc cảm xúc của bản thân. Việc bạn còn thức dậy mỗi sáng ngắm bình minh, còn được hít thở bầu không khí trong lành, còn đọc được những dòng chữ này đã là hạnh phúc rồi.

Đúng là mất ba giây để nói *anh yêu em* nhưng cần cả đời để chứng minh điều đó.

Hỏi: Tôi có câu hỏi khác thì sao?

Cảm ơn bạn đã tin tưởng. Ở cuối sách là mã QR, khi quét nó bạn sẽ không chỉ được nhận thêm quà, mà bạn cũng tìm thấy cách liên hệ với chúng tôi. Từ đó, chúng tôi có thể giúp bạn giải đáp băn khoăn, cũng như cập nhật cho bạn những câu hỏi mới mà chúng tôi nhận được trong quá trình đào tạo.

 FUSUSU® HƯNG TƯƠI *Sống để yêu thương!* 

Lời Tâm Tình Cuối Sách

Vậy là chúng ta đã đến những dòng cuối cùng của cuốn sách này. Chúng tôi hy vọng bạn đã có một khoảng thời gian thật giá trị. Cuốn sách khép lại, nhưng hành trình làm bạn cảm xúc, làm chủ hạnh phúc của bạn mới chỉ bắt đầu.

Những kiến thức và phương pháp mà bạn được chia sẻ là những gì chúng tôi đã thực hành trong nhiều năm qua. Chúng thực sự đã đem đến những kết quả rất tích cực không chỉ cho chúng tôi, mà còn cho những đồng nghiệp, giáo viên, cha mẹ và hàng ngàn học viên trong khóa học mà chúng tôi đào tạo. Vì vậy, chúng tôi hoàn toàn tin tưởng bạn cũng có thể gặt hái được những thành quả tương tự hoặc còn hơn thế nữa.

Vạn Lý Trường Thành cũng phải có viên gạch đầu tiên. Khi bạn đã lựa chọn cuốn sách này, bạn đã đặt chân lên con đường *hạnh phúc từ tâm*. Trên con đường ấy, sẽ có lúc những cơn lũ ham muốn, nghi ngờ, chán ghét, lười biếng xuất hiện. Hãy hiểu rằng chúng đều là cơ hội để giúp bạn phát triển khả năng định tâm, bình tâm và phát tâm.

Có thể bạn sẽ vượt qua, có thể bạn sẽ vấp ngã. Dù thế nào, hãy cứ hít một hơi thật sâu, tin tưởng vào bản thân, và cho phép mình học hỏi từ những cú ngã. Những nỗ lực của bạn chắc chắn sẽ được đền đáp xứng đáng. Một ngày nào đó, bạn có thể tự hào nói với chính bản thân rằng, "Tôi đã có những tháng ngày hạnh phúc thật sự, hạnh phúc từ tâm!"

Cuối cùng, cảm ơn bạn đã dành thời gian cho cuốn sách này, cho chính hạnh phúc bền vững của bạn. Một ngày kia, chúng tôi mong được lắng nghe câu chuyện cảm hứng từ bạn. Cho đến lúc đó, chúc bạn luôn làm bạn cảm xúc, làm chủ hạnh phúc mỗi ngày.

Mong tin tốt lành,
Hạnh phúc luôn bên bạn!
Fususu & Hưng Tươi

HÒM KHO BÁU TẶNG BẠN

Để hỗ trợ bạn tốt nhất trên hành trình này, chúng tôi có dày công thiết kế một hòm kho báu, chứa đựng những món quà rất hữu ích. Một lưu ý là danh sách quà tặng sẽ liên tục cập nhật theo thời gian, nên bạn hãy lưu thông tin mã QR cuối sách lại và thi thoảng ghé thăm nhé:

1) Bộ hàng trăm câu nói truyền cảm hứng (song ngữ), giúp bạn vững tâm mỗi ngày, vững bước hạnh phúc trên con đường tới thành công.

2) Bộ Audio hướng dẫn các bài thực hành định tâm, bình tâm do chúng tôi dày công thiết kế, bạn có thể nghe Online hoặc tải về máy để sử dụng.

3) Nhóm giao lưu độc giả. Nơi bạn có thể kết nối, giao lưu với các độc giả khác, những người có thể trở thành bạn đồng hành tích cực với bạn trên hành trình này.

4) Trang giao lưu tác giả. Ở đây, bạn có thể để lại câu hỏi, và nhận giải đáp từ chúng tôi qua Email. Ngoài ra, cũng có thông tin liên hệ của chúng tôi qua các kênh khác.

Để nhận những món quà trên, tất cả những gì bạn cần làm chỉ là quét mã QR hoặc sử dụng link ở trang sau.

lambancamxuc.com/qua-tang

www.ingramcontent.com/pod-product-compliance
Lightning Source LLC
LaVergne TN
LVHW050628051026
849532LV00002B/315
* 9 7 9 8 2 2 3 9 1 9 0 0 1 *